நடைவழிக் குறிப்புகள்

சி. மோகன்

நடைவழிக் குறிப்புகள்
(விரிவாக்கப்பட்ட திருத்திய பதிப்பு)
கட்டுரைகள் • சி.மோகன் •© சி.மோகன்
முதல் பதிப்பு: ஜனவரி 2019 • பக்கங்கள்: 144
வெளியீடு: பரிசல், 216, முதல் தளம்
திருவல்லிக்கேணி நெடுஞ்சாலை,
திருவல்லிக்கேணி, சென்னை 600005
பேச: 9382853646 • parisalbooks@gmail.com
வடிவமைப்பு: ஆதி

விலை ரூ.150

பிரியங்கா
விக்னேஷ்
இணையருக்கு

7	முன்குறிப்பு
11	ஆனந்த குமாரசாமி: கலாயோகி
17	தேவி பிரசாத் ராய் சௌத்ரி: பேருருவச் சிலை
26	கே.சி.எஸ். பணிக்கர்: இந்திய அழகியலின் நவீனத்துவ எழுச்சி
31	எஸ். தனபால்: கலை இயக்கம்
37	எல். முனுசாமி: உள்ளார்ந்த தகிப்பின் உக்கிர வெளிப்பாடுகள்
41	ஏ.பி. சந்தானராஜ்: நவீன கலையின் லட்சிய உருவகம்
45	கே. ராமானுஜம்: மிருகத்தின் வாயினுள் ஓய்வெடுக்கும் விந்தைக் கலைஞன்
51	ஆதிமூலம்: கோடுகளின் மகத்துவமும் வண்ணங்களின் விந்தையும்
56	தட்சிணாமூர்த்தி: கல்வெளிக் கலைப் பயணம்
60	நிமாய் கோஷ்: கலைப் போராளி
67	எம்.பி. சீனிவாசன்: இசைபட வாழ்ந்த இசைமேதை
73	எம். கிருஷ்ணன்: கானகக் கலைஞன்
77	க.நா. சுப்ரமணியம்: இலக்கிய இயக்கம்
82	சி.சு. செல்லப்பா: காந்தி யுக அர்ப்பணிப்பு
87	ஜி. நாகராஜன்: புது வெளிச்சம்
93	ப. சிங்காரம்: அறியப்படாத படைப்பு மேதை

98	எஸ்.சம்பத்: தகிக்கும் படைப்பு மனம்
105	தருமு சிவராம்: தமிழின் பெருமிதம்
109	மு.தளையசிங்கம்: மெய்முதல்வாதி
114	அரு.ராமனாதன்: பன்முக ஆளுமை
118	மயிலை சீனி.வேங்கடசாமி: வரலாற்றின் திசைகளில் நெடிய பயணம்
122	ரோஜா முத்தையா: விந்தை மனிதர்
127	மணலூர் மணியம்மாள்: வீரம் செறிந்த வாழ்வு
134	டாக்டர் முத்துலட்சுமி ரெட்டி: முதன்மைப் பெண்மணி
139	ஜே.சி.குமரப்பா: ஆதர்ச ஒளி

முன்குறிப்பு

தமிழ்ச் சமூகத்தில் பிறந்தோ, வாழ்ந்தோ தம் காலத்துக்கும் வாழ்வுக்கும் சமூகம், அரசியல், கலை, இலக்கியம், கலாசாரம், சிந்தனை ஆகிய தளங்களில் வளமான பங்களிப்புகள் செய்தும் உரிய கவனிப்பைப் பெறாது போய்விட்ட சில இலட்சிய மனங்கள் பற்றிய கட்டுரைகள் இவை.

தங்கள் துறை சார்ந்த பணிகளுக்குத் தம் வாழ்வை முழு முற்றாக ஒப்புக்கொடுத்து, அயராது பணியாற்றி, அத்துறைகளை வளப்படுத்திய ஆளுமையாளர்கள் இவர்கள். இவர்களுடைய அர்ப்பணிப்பு, உத்வேகம், உழைப்பு ஆகியவற்றின் அருமையை நாம் உணர்ந்து போற்ற வேண்டும்; சுவீகரிக்க வேண்டும்.

பொதுவாக, எந்தவொரு வகையான வரலாற்றுப் பதிவிலும் நாம் சீரிய முயற்சிகள் கொண்டிருக்கவில்லை. இது குறித்து அசட்டையான மனோபாவமே கொண்டிருக்கிறோம். மிகச் சமீபத்தில் வாழ்ந்து மறைந்த முக்கியமான ஆளுமையாளர் பற்றிக்கூட, ஓர் அறிமுகப்படுத்தலுக்குத் தேவையான அளவுகூட, தகவல்கள் சேகரிப்பது சிரமம். இச்சிரமத்தை எதிர்கொண்டு எழுதப்பட்ட கட்டுரைகள் இவை.

இன்னொன்றும் குறிப்பிட வேண்டும். 1996–1997ஆம் ஆண்டுகளில் ‘நடைவழிக் குறிப்புகள்’

புதிய பார்வை இதழில் தொடராக வெளிவந்தது. இத்தொடரின் மூலமாகத் தமிழின் மிக முக்கியமான படைப்பாளுமைகளான ஜி. நாகராஜன், ப. சிங்காரம், எஸ். சம்பத் ஆகியோரின் புகைப்படம் முதல் முறையாக அச்சேறியது. மிகச் சாதாரண விஷயமிது. ஆனால் இந்த சாதாரணம் நிகழ எவ்வளவு காலமாகி இருக்கிறது. நம்மைப் பீடித்திருக்கும் அசட்டையான மனோபாவத்தைச் சுட்டுவதற்காகத்தான் இது குறிப்பிடப்படுகிறதே தவிர வேறில்லை.

என்னுடைய புத்தகங்களில் மிகுந்த கவனிப்பும் வரவேற்பும் பெற்றது 'நடைவழிக் குறிப்புகள்'. இதன் கருத்தாக்கத்தைப் பலரும் சிலாகித்திருந்தனர். 'இந்தியா டுடே'யில் ராஜ்கௌதமனும், 'தினமணி'யில் ராஜமார்த்தாண்டனும், 'நவீன விருட்ச'த்தில் வெங்கட் சாமிநாதனும் இம்முயற்சியைப் பாராட்டி எழுதியிருந்தது இப்போது நினைவுக்கு வருகிறது. கல்லூரிகளில் பாடமாக வைக்கப்பட வேண்டுமெனவும், தமிழ் மாணவ சமூகம் அவசியம் படிக்க வேண்டிய புத்தகமெனவும் அவர்கள் வலியுறுத்தியிருந்தனர்.

'நடைவழிக் குறிப்புகள்' நூலின் முதல் பதிப்பு 2000 ஆண்டில் வெளிவந்தது. அதில் 20 ஆளுமைகள் பற்றிய குறிப்புகள் இடம்பெற்றிருந்தன. அதன் விரிவாக்கப்பட்ட திருத்திய பதிப்பு 2006ஆம் ஆண்டு வெளிவந்தபோது, மூன்று கட்டுரைகள் புதிதாகச் சேர்க்கப்பட்டதோடு சில கட்டுரைகள் திருத்தமும் விரிவும் பெற்றன. இவ்விரு பதிப்புகளுமே 'அன்னம்' வெளியீடுகள். இப்புதிய மூன்றாவது பதிப்பு மேலும் விரிவுபெற்று 25 ஆளுமைகள் பற்றிய கட்டுரைகளைக் கொண்டிருக்கிறது. 'நடைவழிக் குறிப்புகள்' தொடர் 'புதிய பார்வை' இதழில் 1996ஆம் ஆண்டு பிப்ரவரியில் தொடங்கி 1997ஆம் ஆண்டு ஏப்ரல் வரை வெளிவந்தது. இப்புத்தகத்தில் இடம்பெற்றிருக்கும் 25 ஆளுமையாளர்களில் 18 பேர் பற்றிய குறிப்புகள் அத்தொடரில் வெளிவந்தவையே.

விரிவாக்கப்பட்ட புதிய பதிப்பு வெளிவரும் இத்தருணத்தில் 'புதிய பார்வை' இதழின் ஆசிரியராக இருந்த பாவை சந்திரனுக்கு என் மனப்பூர்வமான நன்றிகளை முன்வைப்பது அவசியம். அவர் அளித்த இடமும் சுதந்திரமும் உற்சாகமும்தான் இத்தொடருக்கான உத்வேகமாக அமைந்தன. 'நடைவழிக் குறிப்புகள்' என்று தொடருக்குப் பெயர் வைத்தவர் நண்பர் யூமா

வாசுகி. இத்தொடர் எழுதப்பட்ட காலத்திலிருந்து இன்றுவரை மிகவும் அணுக்கமாக இருந்துவரும் யூமாவுக்கு என் அன்பும் நன்றியும் என்றும் உரியது. இப்புத்தகத்தை மிக நேர்த்தியாக வடிவமைத்திருக்கும் தில்லைமுரளிக்கு அன்பும் நன்றியும்.

இப்புதிய பதிப்பைத் தன் அன்பு மகள் பிரியங்காவின் திருமணத்தை ஒட்டி ஆசையோடு வெளியிடும் நண்பர் 'பரிசல்' செந்தில், இத்தொடர் எழுதப்பட்ட 1996லேயே அதன் வாசகராகவும் எனக்கு நண்பராகவும் இருந்தவர். அவருடைய ஆர்வமும் அக்கறைகளும் நம்பிக்கைகளும் பெறுமதியானவை. அவர் இந்நூலை வெளியிடுவது மகிழ்ச்சியளிக்கிறது.

இப்புத்தகம் அடிப்படையில் இளம் தலைமுறைக்கானது. அதன் அடையாளமாக, இதன் முதல் இரு பதிப்புகளையும் என் மகன் மதுவுக்கும் மகள் மிதிலாவுக்கும் சமர்ப்பணம் செய்திருந்தேன். இப்பதிப்பை 'பரிசல்' செந்திலின் மகள் பிரியங்காவுக்கும் அவளுடன் மணவாழ்வில் இணையும் விக்னேஷிற்கும் சமர்ப்பிப்பதில் மன நிறைவு கொள்கிறேன்.

30.01.2019   **சி. மோகன்**
சென்னை

ஆனந்த குமாரசாமி
கலாயோகி

இந்தியக் கலை, கலாசாரச் செழுமையை உலகின் பார்வைக்குப் பெருமிதத்தோடும் கம்பீரமாகவும் முன்வைத்தவர் ஆனந்த குமாரசாமி. கலாயோகி. இன்று உலக அரங்கில் இந்தியா முதன்மையான கலைச் செல்வாக்குடன் விளங்குவதற்கான மூலகர்த்தா. இவருடைய 40 ஆண்டு காலப் பிரயாசைகளும் பிரயத்தனங்களும் மேலைக் கலாசாரத்தின் ஏகாதிபத்தியத்தை வீழ்த்தி இந்தியக் கலையை உரிய கௌரவத்துடன் முன்னிறுத்தின. நவீன மறுமலர்ச்சி யுகத்தின் உருவகமாகத் திகழ்ந்தவர் ஆனந்த குமாரசாமி.

படிப்பாலும் பார்வையாலும் விஞ்ஞானியான இவர், தந்தை வழி மூதாதையரின் உலகுக்குள்

பிரவேசித்தபோது மகத்தான கலைவெளி இவரை ஈர்த்து தன்வசம் இருத்திக்கொண்டது. இந்தியக் கலையின் வசீகர வெளியில் ஒரு விஞ்ஞானியின் பார்வையோடு மேற்கொண்ட அதிதீவிரப் பயணம்தான் இவர் வாழ்வு. இப்பயணத்தில் கலை, இலக்கியம், தத்துவம், மதம் ஆகிய பாதை களினூடாக கடந்த காலங்களோடு இவர் சம்பாஷணைகள் நிகழ்த்தினார். அதன் வழியே மனித குலத்துக்கான ஜீவ தத்துவத்தை, நித்திய உண்மைகளை முன்வைப்பதாக அவர் வாழ்வு நிறைவெய்தியது.

ஆனந்த குமாரசாமியின் தந்தை முத்துகுமாரசாமி இலங்கையில் செல்வாக்கு பெற்ற தமிழர். இவர் லண்டனில் சட்டம் படித்தார். புத்திசாலி. தமிழ், சிங்களம், சமஸ்கிருதம், பாலி, ஆங்கிலம், லத்தீன், பிரெஞ்ச் மொழிகளில் சரளமான புலமை. லண்டனில் செல்வாக்கு மிக்க குடும்பங்களோடு நட்பு. ராயல் ஜியாகிராஃபிகல் சொஸைட்டி, ராயல் ஜியலாஜிகல் சொஸைட்டி ஆகிய அமைப்புகளில் சேர்ந்த முதல் ஆங்கிலேயரல்லாதவர். லண்டனில் இவர் எலிஸபெத் என்ற பெண்மணியுடன் கொண்ட நட்பு திருமணத்தில் முடிந்தது. திருமணத்துக்குப் பின் மனைவியோடு கொழும்பு திரும்பினார். இவர்களுக்கு 1877ஆம் ஆண்டு ஆகஸ்ட் 22ஆம் தேதி ஆண் குழந்தை பிறந்தபோது, புத்தரின் நெருக்கமான சீடரான ஆனந்தாவின் பெயரைக் குழந்தைக்குச் சூட்டினார். ஆனந்தா பிறந்த ஒரு வருடத்திலேயே எலிஸபெத் குழந்தையோடு லண்டன் திரும்பினார். அப்போது அவர்களோடு முத்துகுமாரசாமி செல்லவில்லை. ஓராண்டு கழித்து லண்டனில் இருக்கும் குடும்பத்தோடு சேர்ந்துகொள்ள முத்துகுமாரசாமி கப்பலில் பயணம் செய்தபோது எதிர்பாராதவிதமாக மரணமடைந்தார்.

மேலைப் பின்புலத்தில் லண்டனில் தாயிடம் வளர்ந்தார் ஆனந்த குமாரசாமி. பள்ளியில் படிக்கும்போதே தன் முதல் கட்டுரையை – 'டொவெரோவ் மலையின் புவி அமைப்பியல்' – எழுதினார். தன் வாழ்நாள் முழுவதும் அயராத எழுத்துப் பணி மூலம் கடந்த காலங்களை ஸ்பரிசித்து, அவற்றை நிகழ்காலத்தோடு பிணைத்த மேதையின் தொடக்கமிது. லண்டன் பல்கலைக்கழகக் கல்லூரியில் புவி அமைப்பியலில் பி.எஸ்.ஸி. பட்டம் பெற்றார்.

அவருடைய 26ஆவது வயதில் அவர் வாழ்வின் திருப்புமுனையாக அமைந்த, தன் சுயத்தைக் கண்டறிய வழி சமைத்த சம்பவம் நிகழ்ந்தது. உள்ளுணர்வின் சமிக்ஞைகளே இதை நிகழ்த்தியிருக்க

வேண்டும். தந்தையின் மண்ணில் கால் பதிக்கவும், சுவாசிக்கவும் தூண்டப்பட்டு மூதாதையரின் பூமியான இலங்கை வந்தார் ஆனந்த குமாரசாமி. அங்கு கனிமப் பொருளியல் மற்றும் புவி அமைப்பியலில் ஆய்வுகள் மேற்கொண்டார். புவி அமைப்பியலில் அவர் நிகழ்த்திய பங்களிப்புக்காக லண்டன் பல்கலைக்கழகம் டாக்டர் பட்டம் வழங்கியது. இச்சமயத்தில் பிரிட்டிஷ் கவுன்சில் கனிமப் பொருளியல் துறையை இலங்கையில் ஏற்படுத்தியது. ஆனந்த குமாரசாமி அதன் இயக்குநரானார். இங்கிருந்த 4 ஆண்டுகளில்தான் (1903–07) அவர் வாழ்வை மலர்வித்த புத்தொளிக்கான சுடர் ஏற்றப்படுகிறது.

கனிமப் பொருளியல் ஆய்வாளராக இலங்கையின் மலைப் பிரதேசங்களிலும், நிலப் பிரதேசங்களிலும் பயணம் செய்தபோது, இந்து, பௌத்தக் கலை வெளிப்பாடுகளில் அவர் பார்வை பதிந்தது. தாதுப் பொருளியல் விஞ்ஞானியாக 2 புதிய தாதுப் பொருள்களைக் கண்டுபிடித்து உலகுக்கு சமர்ப்பித்தார். எனினும், கலைவெளியில் மனம் களியாட்டம் கொள்ளத் தொடங்கியது. அவரிடமிருந்து விஞ்ஞான ஆய்வாளன் தன் ஆக்கிரமிப்பை விலக்கிக்கொண்டு மேலெழும் கலை விமர்சகனுக்குத் துணை நின்றான். விஞ்ஞானத்திலிருந்து கலைக்கும், தாதுப் பொருள் ஆய்விலிருந்து கலை, கைவினைப் பொருள்கள் ஆய்வுக்கும் நகர்கிறார். பார்ப்பது, கேட்பது, படிப்பதன் மூலம் பெறும் குறிப்புகளை அடுக்கி முறைப்படுத்தவும், வெவ்வேறு கலை பாணிகளின் மூலம் காலத்தையும், வரலாற்றையும், பரிணாம வளர்ச்சியையும் இனம் காணவும் விஞ்ஞான மனம் உதவுகிறது.

தத்துவார்த்தக் குறியீடென்பது இந்து, பௌத்தக் கலைகளின் பிரத்தியேகமான குணாம்சமாக இருப்பதால் இவர் தத்துவ வாசிப்பு மேற்கொண்டார். தமிழ், சிங்களம், சமஸ்கிருதம், பாலி ஆகிய மொழிகளை விரைவிலேயே கற்றுக்கொண்டு மூலத்திலேயே பிரதிகளை வாசித்தார். தந்தையின் பூமி அவரை அவர் கண்டறிய உதவியது. அதேசமயம் தந்தை வழி மூதாதையர்களின் பூர்வீக பூமியான இந்தியாவை நோக்கி அவர் ஆர்வம் திரும்பியது. இதை இந்து, பௌத்தக் கலைகளின் பூர்வீக பூமி விடுத்த ஓர் அழைப்பாகவும் கொள்ளலாம். அவருள்ளிருந்து அவரை வழி நடத்திய பூர்வீக சமிக்ஞைகளின் அபூர்வப் பிணைப்பிலிருந்து இந்த அழைப்பு எழுந்திருக்கக்கூடும்.

நிரந்தரமான நல்ல சம்பளம் தந்த உத்தியோகத்தை உதறிவிட்டு, 1907இல் இந்தியா கிளம்பினார். 1907–16 வரையான 9 ஆண்டுகளில் இந்தியா நெடுகிலும் அயராமல் பயணம் செய்து

கலைப்பொருள்களும் குறிப்புகளும் சேகரித்தார். லண்டனில் பதிப்பகமொன்றின் பொறுப்பை ஏற்றிருந்த ஆனந்த குமாரசாமி இந்த ஆண்டுகளில் லண்டனுக்கும் இந்தியாவுக்குமிடையே – இந்தியாவில் சேகரிப்பு, லண்டனில் பதிப்பு என – பயணப்பட்டுக் கொண்டிருந்தார். இந்தியாவில் இவருடைய செயல்பாடுகள் இரண்டு நிலைகளில் அமைந்தன. ஒன்று, இந்திய தேசியவாதத்தை முன்னிறுத்தியது. இந்தியாவின் கலாசார எல்லைகளைத் திறந்து வைத்ததன் மூலம் இந்தியாவின் பெருமிதத்தை, கலாசாரச் செழுமையை உணர்த்தி அதன் வழி தேசியவாதத்தைக் கட்டி யெழுப்பினார். 'தேசிய லட்சியவாதம்' என்ற நூலில் அவர் இவ்வாறு குறிப்பிடுகிறார்: "நாடுகள் கவிஞர்களாலும் கலைஞர் களாலுமே நிர்மாணிக்கப்படுகின்றன. வியாபாரிகளாலோ, அரசியல்வாதிகளாலோ அல்ல. வாழ்வின் ஆழ்ந்த லட்சியங்கள் கலையிலேயே உள்ளுறைந்திருக்கின்றன." தொன்மையான நமது நாகரிகத்தின் ஆத்மா மேலைநாட்டு வணிகமயத்தின்முன் சிதைவுறுவதை அவரால் சகித்துக்கொள்ள முடியவில்லை. "கீழைத் தேய ஆத்மா இறந்துவிடவில்லை. ஆனால் உறங்கிக் கொண்டிருக்கிறது. உலகின் ஆத்மார்த்த வாழ்வுக்கு அது இன்னமும் பெரும் பங்களிக்க முடியும் என்றே தோன்றுகிறது" என்று எழுதியிருக்கிறார்.

இரண்டாவது, இந்தியக் கலையின் பல்வேறு அம்சங்கள் பற்றி எண்ணற்ற நூல்கள் எழுதியது. இந்திய மற்றும் பௌத்த அழகியலை வெகுவாக விரித்துரைத்த முன்னோடி இவர்தான். இந்தியக் கலாசாரம் பற்றிய இவர் ஞானம் அபாரமானது. இந்திய நடனத்தின் தத்துவார்த்த அம்சங்கள் மற்றும் நாடகார்த்த உத்திகளின் நுட்பங்களை வெளிப்படுத்தினார். இந்திய நடனத்தின் முக்கியத்துவத்தையும் இந்திய ஓவியத்தின் தன்மையையும் பரந்துபட்ட பார்வையில் புரிந்துகொண்ட நவீன மேதை இவரைப் போல் எவருமில்லை. நந்திகேஸ்வராவின் 'அபிநய தர்பனா'வை ஆங்கிலத்தில் மொழிபெயர்த்திருக்கிறார். அவருடைய எண்ணற்ற மொழிபெயர்ப்புகளில் ஒன்று இது.

இந்தியக் கலை மரபில் அவருடைய ஞானம் எல்லைகளற்றது. சமகால ஓவிய, இலக்கிய பிரக்ஞையும் கொண்டிருந்தார். ராஜா ரவிவர்மாவின் ஓவியங்கள் கொச்சையானவை என்று நிராகரித்தார். இந்திய ஆடை மற்றும் இலக்கியம்பற்றி மேலோட்டமாக அறிந்து கொண்ட ஒரு ஐரோப்பியன்கூட இதைப் போல வரைய முடியும் என்றார். இந்தியக் கலை மரபின் சிறப்பான தொடர்ச்சியாக அபேந்திரநாத் தாகூரையும், நந்தலால் போஷையும் கண்டார். ரவீந்திரநாத் தாகூர் கவிதைகளை

அவருக்கு நோபல் பரிசு கிடைப்பதற்கு முன்பாகவே ஆங்கிலத்தில் மொழிபெயர்த்திருக்கிறார்.

உலக யுத்தம் தொடங்கிய நிலையில் லண்டனுக்கும் இந்தியாவுக்குமிடையே சென்று வருவது சிரமமாகிவிட்டது. அச்சமயத்தில் ஆனந்த குமாரசாமி இந்தியாவிலேயே நிரந்தரமாகத் தங்கிவிட விரும்பினார். வாரனாசியில் ஒரு மியூசியம் அமைக்க, அரசோ பொதுநிறுவனமோ முன்வந்தால் தன் சேகரிப்புகள் அனைத்தையும் அதனிடம் ஒப்படைத்துவிட்டு அதன் காப்பாளராக இருந்துகொண்டு வாழ்வின் மீதிப் பகுதியைக் கலை ஆய்வுப் பணிகளில் கழிக்க விருப்பம் தெரிவித்தார். அவருடைய இந்த விருப்பம் அச்சமயம் கவனத்தில் கொள்ளப்படவில்லை.

1916இல் அமெரிக்காவின் பாஸ்டன் மியூசியம் ஆனந்த குமாரசாமியின் சேகரிப்புகளைப் பெற்றுக்கொண்டது. அதன் நுண்கலைகளுக்கான கீழைத்தேயக் கலைப்பிரிவின் காப்பாளராக ஆனந்த குமாரசாமி ஆனார். அடுத்த 30 ஆண்டுகள் தன் சேகரிப்புகளை அட்டவணை செய்வதிலும், அவற்றின் அடிப்படையில் ஆய்வு நூல்கள் எழுதுவதிலும் கழித்தார். தன் வாழ்வின் இறுதி நாட்களை மலைகளும் காடுகளும் சூழ்ந்திருக்க அமைதியாக, அதாவது வாழ்வின் வனப்ரஸ்தா கட்டத்தை, இந்தியாவில் கழிக்கவே நினைத்திருந்தார். ஆனால் தன் 70ஆவது வயதில் 1947ஆம் ஆண்டு செப்டம்பர் 7ஆம் தேதி, அமெரிக்காவில் தன் வீட்டுத் தோட்டத்தில் சற்றே அயர்வாக இருக்கிறது என்று படுத்தவர் அப்படியே சில நொடிகளில் இறந்து போனார். பூ உதிர்வதைப் போல வெகு இயல்பான மரணம்.

ஆனந்த குமாரசாமியைப் போல மிக அதிகமாகவும் அதே சமயம் வெகு சிறப்பாகவும் எழுதியவர்கள் அபூர்வமாகவே இருக்கமுடியும். 330 வெளியீடுகள் வந்திருப்பதாக துரை ராஜசிங்கத்தின் அட்டவணை தெரிவிக்கிறது. இவருடைய எழுத்துகள் பரந்து விரிந்த தளங்கள் கொண்டவை. புவி அமைப்பியல், கலை, வரலாறு, அழகியல், சமூகவியல், சமயங்கள், தேசியம், தத்துவங்கள், நாகரிகங்கள், காலமும் காலாதீதமும் போன்ற பல எல்லைகளைக் கொண்டது. இவை தவிர, மொழிபெயர்ப்புகள்.

இடைக்கால சிங்களக் கலை, சிவ நடனம், இந்திய மற்றும் இந்தோனிசியக் கலை வரலாறு, ராஜ்புத் ஓவியங்கள், இந்துத்துவமும் பௌத்தமும், இந்தியக் கலையின் உத்தியும் கோட்பாடும், தேசிய லட்சியவாதம் பற்றிய கட்டுரைகள்,

கலையில் இயற்கையின் உருமாற்றம், வேதங்கள் மீதான புதிய அணுகுமுறை போன்றவை அவருடைய நூல்களில் சில.

"கலை விமர்சகர் என்றோ, வரலாற்றாசிரியர் என்றோ, மேதை என்றோகூட நாம் அவரை அழைத்தாலும் அவரைப் பற்றிய ஏதோ ஒன்று விடுபட்டுப் போய்விட்டதை உணர்வோம்; அவருடைய எழுத்தில் ஏதோ ஒன்று விடுபட்டு நிற்கும். கடைசி பரிசீலனையில் அது விளக்க முடியாததாக எஞ்சிநிற்கும். டாக்டர் குமாரசாமி நமது எல்லா விளக்கங்களையும் கடந்துவிடுபவர். அவர் எப்போதும் வேறு ஒன்றாகவே இருப்பார்" என்கிறார் கவி தாகூர்.

இத்தகையதோர் அபூர்வ ஆளுமையாளர்பற்றி ஒரு சிறு அறிமுக நூல்கூடத் தமிழில் இதுவரை வெளிவரவில்லை. நம் உறக்கம் என்று கலையுமோ தெரியவில்லை.

(புதிய பார்வை, 1997)

தேவி பிரசாத் ராய் சௌத்ரி
பேருருவச் சிலை

நவீன இந்தியக் கலை எழுச்சியின் வடிவம், தேவி பிரசாத் ராய் சௌத்ரி. கடந்த நூற்றாண்டின் இறுதி ஆண்டில் பிறந்த தேவி பிரசாத் நவீன இந்தியக் கலைக்கு சர்வதேச முகமளித்தார். 20ஆம் நூற்றாண்டு இந்தியக் கலைக்கு உயிர்ச் சுடரேற்றினார். வரையறைகளுக்கு அப்பாற்பட்ட, பன்முகத்தான படைப்பாற்றலுடன் கடுந்தவமெனச் செயல்பட்டு, பிரமாண்டமான சக்தியாகத் திகழ்ந்த தேவி பிரசாத் தம் காலத்தைக் கலைகளில் வசப்படுத்திய கலை மேதை.

கிழக்கு வங்கத்தின் தேஜ்காட் எனும் ஊரில் ஜமீன்தார் குடும்பத்தில் பிறந்த தேவி பிரசாத்,

குழந்தைப் பருவத்தைத் தேஜ்காட்டில் கழித்தார். பின்னர் உயர்படிப்புக்காகக் கல்கத்தா சென்றார்.

எல்லைகளற்று விரிந்து செழித்து, இந்திய இளம் கலைஞர்களின் ஆதர்சமாகத் திகழ்ந்த இவருடைய கலைப்பயணம், இவர் தந்தை இவரை அபனீந்திரநாத் தாகூரிடம் ஓவியப் பயிற்சிக்காக அழைத்துச் செல்வதிலிருந்து தொடங்குகிறது. அபனீந்திரநாத் தாகூர், புத்துயிர்ப்பு இயக்கத்துக்குத் தலைமையேற்றிருந்த முதன்மை ஓவியர். அபனீந்திரநாத்திடம் மேற்கொண்ட பயிற்சியின் ஆரம்ப கட்டத்திலேயே அவரிடமிருந்து விலகி மேற்கத்திய ஓவியப் பாங்குகளை அறியும் உத்வேகம் கொண்டார். இத்தாலிய ஓவியரான பாயெஸ்ஸிடம் மூன்றாண்டுகள் அவருடனேயே தங்கியிருந்து பயிற்சி பெற்றார். பாயெஸ், மனித வடிவம் பற்றிய புரிதலிலும் அதனை வெளிப்படுத்தும் உத்திகளிலும் சிறந்திருந்தவர். அபனீந்திரநாத் தன்னைப் புரிந்துகொள்ளவில்லை. ஆனால் பாயெஸ் புரிந்துகொண்டாரென்று அவரிடம் பயின்ற மகத்தான மூன்றாண்டுகளை மிகுந்த நன்றியுடன் தேவி பிரசாத் போற்றுகிறார். கீழைத்தேயக் கலைப் பண்புகளும் மேற்கத்திய உத்திகளும் முயங்கிய தனித்துவமிக்க கலைப் பிரவேசம் நிகழத் தொடங்கியது. அபனீந்திரநாத் தலைமையில் நிகழ்ந்தேறிய வங்கப் புத்தெழுச்சி இயக்கத்தின் அசட்டு அபிமானங்களை முற்றிலுமாக நிராகரித்து, கலையின் பெருவெளிப் பயணத்தைத் தொடங்கினார் தேவி பிரசாத். அதேசமயம் குரு வணக்கமாக அபனீந்திரநாத் சிலையை வடித்தார். தன் கலைவாழ்வில் எந்த ஒரு கட்டத்திலும், ஏதோ ஒரு குறிப்பிட்ட பாணிக்கென்றோ, குறிப்பிட்ட உத்திக்கென்றோ தன்னை இழந்துவிடாது தொடர்ந்து பரீட்சார்த்தமான பயணத்தை மேற்கொண்டார். ஒவ்வொரு படைப்பும் அதனளவில் தன்னிறைவு பெற, சதா புதுப் புது எல்லைகளில் அவர் சஞ்சரித்தார்.

கீழைத்தேய கலைக்கான இந்தியக் குழுமத்தில் (Indian School of Oriental Art) மேற்கத்திய பாணி பயிற்றுவிப்பாளராகப் பணியேற்றார். அதே சமயம் அவர் ஹிரன்மாய் ராய் சௌத்ரியிடம் சிற்பக்கலை பயிற்சி பெற்றுவந்தார். இத்தருணத்தில் வேலை இழந்த தேவி பிரசாத் அடுத்த சில ஆண்டுகள் மிக மோசமான நெருக்கடிகளை எதிர்கொண்டார். ஒரு சமயம், புகைப்படக் கடைகளில் அப்போது பரவலாக விற்கப்பட்ட 'ஸ்டீல் என்கிரேவிங்'களுக்கு வண்ணம் தீட்டும் பணியை மேற்கொண்டு ஒரு நாளைக்கு எட்டணா கூலி பெற்று வாழ்ந்திருக்கிறார். அச்சமயத்தில் ஒரு நாள் வங்கத்தின் சிறந்த குடிமகனான சர் அசுதோஷ் முகர்ஜியைச் சந்தித்து – தன்

பின்புலம் பற்றிய விபரம் தெரிவிக்காமல் – தனக்கொரு வேலை வாங்கித் தரும்படி கெஞ்சியிருக்கிறார். அவரிடம், தன்னால் உடற்பயிற்சிகளை விஞ்ஞானபூர்வமாகக் கற்றுக்கொடுக்க முடியுமென்று கூறி வேலை கேட்டிருக்கிறார். ராய் சௌத்ரியைத் தெரிந்துகொண்ட அசுதோஷ் முகர்ஜி, அடுத்தமுறை அவரைச் சந்திக்க ராய் சௌத்ரி வந்தபோது வேலைக்கு ஏற்பாடு செய்து விட்டிருந்தார். பவானிபூரில் மித்ரா பயிற்சிக்கூடத்தில் அவருக்கு மாதம் 40 ரூபாய் சம்பளத்தில், ஐந்தாண்டு நிறைவுக்குப் பின் 8 ரூபாய் உயர்வு என்ற அடிப்படையில், வேலை கிடைத்தது. பின்னாளில் தன் நன்றியறிதலைத் தெரிவிக்கும்வகையில் ஓர் அபூர்வ வெண்கலச் சிற்பமாக அவரை தேவி பிரசாத் வடித்தார். அந்தரங்க விசுவாசத்துக்கான ஒரு பொதுமைச் சின்னம் இது.

இக்காலங்களில் தேவி பிரசாத் முழு ஆவேசத்துடன் கலைமோகம் கொண்டிருந்தார். அகில இந்திய அளவிலும் சர்வதேச அரங்கிலும் இந்தியாவின் மிக முக்கியமான கலைஞன் என்ற அங்கீகாரம் பெற்றார். எண்ணெய்ச் சாய உருவப்பட ஓவியங்களிலும், உருவச் சிலைகளிலும் – கலைப் பிரக்ஞையும் செய்நேர்த்தியும் முயங்கிய இவ்வகை ஆக்கங்களில் – உலகின் மிகச் சிறந்த படைப்பாளிகளில் ஒருவரென அறியப்பட்டார்.

அச்சமயத்தில் வங்க அரசாணை இயக்குநர் அவ்வப்போது தேவி பிரசாத் ஸ்டூடியோவுக்கு வந்துகொண்டிருந்தார். அது, தேவி பிரசாத் சி. போஷின் உருவச்சிலையை உருவாக்கிக்கொண்டிருந்த சமயம். அப்போது ஒருமுறை இயக்குநர் தன் பணி நிமித்தமாக மித்ரா பயிற்சிக்கூடத்தை ஆய்வு செய்யச் சென்றிருந்தார். ஆசிரியர் தங்கள் தகுதிப்படி வரிசையாக நின்றிருந்தனர். துணைபயிற்றுவிப்பாளராக இருந்த தேவிபிரசாத் கடைசியில் நின்றிருந்தார். அவரைப் பார்த்த இயக்குநர், “நீங்கள் எங்கே இங்கே” என்றார். “ஏனென்றால் நீங்கள் கலையை மதிப்பதில்லை” என்றார் தேவி பிரசாத். இதனைஅடுத்து இந்தியக் கலை வாழ்விலும், தேவி பிரசாத் கலை வாழ்விலும் ஒரு சேர மகத்தான நிகழ்வு அரங்கேறியது.

1932இல், 31ஆவது வயதில், சென்னை ஓவியப்பள்ளியின் தலைமைப் பொறுப்பு நேரடி நியமனமாக அவரை வந்தடைந்தது. விஸ்கௌன்ட் கோஸின் கீழிருந்த சென்னை அரசாங்கம் நுண்கலைகளை மீண்டும் சென்னைப் பள்ளியில் அறிமுகம் செய்யத் தீர்மானித்தது. தேவி பிரசாத் பள்ளியின் தலைமைப்

பொறுப்பேற்க அழைக்கப்பட்டார். அவருடைய கண்காட்சி சென்னையில் அதற்கு முன்னர் நடந்திருந்ததால் சென்னையில் அவரின் கலை ஆளுமை நன்கு அறியப்பட்டிருந்தது. வேறு பிராந்தியக்காரர் என்ற ஆட்சே பணை இருந்தபோதிலும் பலவித பாணிகளில் கலைச் சோதனைகளை சதா முயன்றுவரும் தேவி பிரசாத், தென்னிந்தியக் கலைச் சூழலையும் அனுசரணையாகவே எதிர்கொள்வார் என்று பத்திரிகைகள் எழுதின.

அடுத்த மூன்று தலைமுறைகள் – 1959 வரை – இங்கு அவர் ஆசிரியராகவும், படைப்பாளியாகவும் மேற்கொண்ட கலைப்பணி எழுச்சிமிகு சகாப்தத்தை நிர்மாணித்தது. அதுவரை தொழில்நுட்பப் பணியாளர்களையே தயாரித்துக்கொண்டிருந்த அக்கல்லூரி, கலை முகமும் கலைப் பிரக்ஞையும் பெற்று சர்வதேசக் கலை அரங்கின் ஓர் அங்கமாக மாறியது. சர்வதேசக் கலை அரங்கில் தன்னை இணைத்துக்கொண்டது. கலைஞர்கள் மலர்ந்தனர். கலைப் படைப்புகள் எல்லைகளற்ற பெருவெளியை எய்தின.

இந்தியக் கலை அரங்கில் பேருருவச் சிலையென விகாசம் பெற்றிருந்தார் தேவி பிரசாத். இந்தியாவெங்கும் ஆர்வமிக்க இளம் கலைஞர்கள் அவரிடம் மாணவனாகும் கனவோடிருந்த காலம் அது. மாணவர்களிடம் அவர் கொண்டிருந்த உறவு, அன்பும் அரவணைப்பும், எளிமையும் நேர்மையும் உத்வேகமும் கொண்டது.

மல்யுத்தத்தில் தேர்ச்சி பெற்றிருந்த அவருடைய ஆஜானு பாகுவான தோற்றமும், மேட்டுக்குடி வாழ்க்கை முறையும், கலை உலகில் அவரைச் சுற்றிச் சுழன்றுகொண்டிருந்த ஒளி வட்டமும்கூட மாணவர்கள் அவருடன் இணக்கமான உறவு கொள்ளத் தடையாக இருக்கவில்லை. சிறந்த மாணவர்களை இனம் கண்டு ஊக்குவிக்கவும், உதவிகள் புரியவும் அவர் எப்போதுமே தவறியதில்லை. பின்னாளில் வங்கத்தின் மிகக் குறிப்பிடத்தகுந்த நவீன ஓவியராக வெளிப்பட்ட கோபால் கோஷ் தன் சென்னைப் பள்ளி மாணவப் பருவத்தில் அயராது உழைத்தவர். அவர் தினசரி காலை 8 – 10 மைல்கள் நடந்துபோய் நீர்வண்ண ஓவியங்கள் வரைந்து வருவாராம். அதை அறிந்த தேவி பிரசாத் அவருக்குப் புது சைக்கிள் வாங்கிக் கொடுத்திருக்கிறார்.

தன் கல்லூரி நாட்களை India and World Arts and Crafts என்ற இதழில் தொடராக எழுதியிருக்கும் சுசில் முகர்ஜி பல்வேறு நினைவுகளைப் பதிவு செய்திருக்கிறார். 1200 மைல்கள் கடந்து பீகாரிலுள்ள ராஞ்சியிலிருந்து தேவி பிரசாத்திடம் பயிலும்

கனவோடு அவர் சென்னை வந்திருக்கிறார். முதல்வர் அறைக்குள் சுசில் நுழைந்ததும் எழுந்து கைகூப்பிய தேவி பிரசாத், அவரை அமரும்படி சொல்லியிருக்கிறார். 'வரைவதற்கும் வண்ண மிடுவதற்கான தேர்ச்சியை உனக்கு என்னால் கற்றுத் தரமுடியும். ஆனால் யாராலும் ஒருவனைக் கலைஞனாக்கக் கற்றுக் கொடுக்க முடியாது. தனித்துவமிக்க பார்வையும் நுண்ணுணர்வுமே ஒருவனைக் கலைஞனாக்க முடியும்' என்றிருக்கிறார்.

"பொருளாதார நெருக்கடிகளுக்கிடையே மாணவர்கள் பயின்று வந்தபோது – சமூகச் சூழல் எவ்வகையிலும் எங்களுக்குத் தெம்பூட்டுவதாக இல்லாத நிலையில் – எங்களுக்காக அக்கறைப் பட்ட ஒரே மனிதராகவும், எங்களுக்கு உற்சாகமும் உத்வேகமும் அளிப்பவராகவும், நாங்கள் முக்கியமானவர்கள், கலைஞர்கள் எனப் பெருமிதம் கொள்ளும்படியும் திகழ்ந்தவர் தேவி பிரசாத்" என்கிறார் சுசில்.

கே.சி.எஸ். பணிக்கர், பரிதோஷ் சென், ஈ. கோதண்டராமன், கிருஷ்ணாராவ், தனபால், ராம்கோபால், சுல்தான் அலி, சுசில் முகர்ஜி, பிரதோஷ் தாஸ் குப்தா, ஸ்ரீனிவாசலு, கோபால் கோஷ், எல். முனுசாமி, சந்தானராஜ் என தேவி பிரசாத்தின் பின்புலத்தில் உருவான கலை ஆளுமைகள் மிகப் பரந்துபட்டவை. எந்தவொரு இயக்கக் கோட்பாட்டையும் முன்னிறுத்தி எவரையும் குறுக்கி விடாமல் அவரவர் உலகத்துக்கேற்ற வகையில் கலை ஆளுமை கொள்ள அவர் முன்வைத்த ஆதர்சம் அவரை மகோன்னதமான ஆசிரியராகக் காட்டுகிறது.

தேர்ந்தெடுத்த மூத்த மாணவர்களுக்குத் தேவி பிரசாத் தம் வீட்டில் அவ்வப்போது விருந்தளித்திருக்கிறார். சுசில் முகர்ஜி கல்லூரியில் சேர்ந்து 2 அல்லது 3 மாதங்களே ஆகியிருந்தாலும் அவர் முறையான இசைப் பயிற்சி பெற்றவர் என்பதை தேவி பிரசாத்திடம் பணிக்கர் கூறி விருந்தில் பாட்டுப் பாடுவதற்காக சுசிலையும் அழைத்துப் போயிருக்கிறார். முதன் முறையாக அவர் வீட்டின் வரவேற்பறையில் நுழைந்ததும் ஏற்பட்ட பரவசம் இன்னும் தன் நினைவில் உறைந்திருப்பதாக சுசில் கூறுகிறார்: "அவருடைய காலப் பின்புலத்தைக் கணக்கில்கொண்டு பார்க்கும்போது, தேவி பிரசாத் வாழ்வை விடவும் மிகப் பெரிய ஆகிருதியாகத் தோற்றமளித்தார். கற்பனையின் அசாத்திய ஆற்றலாலும், மிகக் கடுமையான உழைப்பாலும் ஒரு சகாப்தத்தை மாற்றியமைத்த வலிமையான அதீத மனிதனாக அவர் தெரிந்தார்."

தேவி பிரசாத் 20ஆம் நூற்றாண்டு இந்தியக் கலையின் குழந்தை என்பதில் சந்தேகமில்லை. செவ்வியல் பாங்கான

கலைப் புனைவுகளின் நிறைவெல்லையாக சிருஷ்டிகள் ஆக்கிய தேவி பிரசாத் அதே சமயம் புதிய கலைப்போக்குகளின் தொடக்கமாகவும் இருந்திருக்கிறார்.

சென்னை கடற்கரை சாலையில் அமைந்திருக்கும் உழைப்பாளர் சிலையும், காந்தி சிலையும் அவருடைய சிறப்புக்கான அடையாளங்களாக இருந்துகொண்டிருக்கின்றன.

இத்தருணத்தில் ஒரு விஷயத்தைக் குறிப்பிட்டாக வேண்டும். 'கணையாழி' செப்டம்பர் 95 இதழ் நேர்காணலில் எழுத்தாளர் சிவகாமி போகிற போக்கில் உழைப்பாளர் சிலை பற்றியும், ராய் சௌத்ரி பற்றியும் மிக மோசமாகக் குறை கூறியிருந்தார். அதற்குப் பதிலளிக்கும் வகையில் அக்டோபர் 95 இதழ் 'விவாத மேடை'யில் நான் எழுதியதில் ராய் சௌத்ரியின் முக்கியமான ஒரு படைப்பு பற்றிய பார்வையும் பரிசீலனையும் வெளிப்பட்டிருப்பதால் அதை இங்கே முன்வைப்பது பொருத்தமாக இருக்கும்:

> ராய் சௌத்ரியின் 'உழைப்பாளர் சிலை' பார்ப்பவர் எவருக்கும் பிரமிப்பூட்டக் கூடியது. நவீனப் படைப்புலகில் அனைவரையும் தம் வசம் ஈர்த்துக்கொள்கிற படைப்புகள் மிகச் சிலவே. செவ்வியல் பாங்கான, மகத்தான படைப்புகள் மட்டுமே இத்தகு குணாம்சம் கொண்டிருக்கின்றன. அத்தகைய ஒன்று, உழைப்பாளர் சிலை. 'ஒரு பெரிய பாறாங்கல்லை உழைப்பாளர்கள் நகர்த்தும் பாங்கில் நெம்புகோல் தத்துவத்துக்குக் குந்தகம் விளைந்துவிட்டதாக' உற்சாகமாகக் கூறுகிறார் சிவகாமி. ஓவியத் துறையைப் பற்றிய இவருடைய புரிதலில் ஓவியக் கலைஞன் என்பவன், ஒரு டிராயிங் மாஸ்டர் அளவுக்குக் குறுகி இருக்கிறான். ராய் சௌத்ரி டிராயிங் மாஸ்டராக இல்லாமல் படைப்பாளியாக இருப்பதுதான் பிரச்சனையை ஏற்படுத்தியிருக்கிறது.

> உழைப்பாளர் சிலை: நான்கு உழைப்பாளிகள் வெவ்வேறு – சிரமமான ஆனால் அலாதியான – நிலைகளிலிருந்து ஒரு பெரிய பாறாங்கல்லை நகர்த்த யத்தனிக்கிறார்கள். இந்தப் பொருளில் ராய் சௌத்ரியின் முதல் முயற்சியல்ல இது. தன் இளமைக் காலத்திலேயே 'பாதை சமைப்பவர்கள்' (Road Makers) என்றொரு ஓவியம் வரைந்திருக்கிறார். அந்த ஓவியமும், உழைப்பாளிகள் ஒரு பாறாங்கல்லை நகர்த்து வதைக் கட்டமைப்பதுதான். பிற்காலத்தில் அதனைவிடப் பிரம்மாண்டமான வடிவ – தோற்ற எழுச்சியுடன் அவர்

உருவாக்கியதுதான் உழைப்பாளர் சிலை. இச்சிலையில் ஒருவர் மையத்திலிருந்து தன் முழு சக்தியையும் கைகளின் மூலமாகவே பாறையின் மேற்புறத்தில் பிரயோகிக்கிறார். அவருக்கு இடதுபுறமிருப்பவர் சற்றே – தேவையான தொலைவு – தள்ளி, பாறைக்குப் பின்னோக்கிக் குனிந்திருந்து கவட்டு வழியாகப் பாறாங்கல்லுக்கு அடியில் கழியைச் செலுத்துகிறார். வலப்புறம் ஒருவர் விலகி இருந்து, ஒரு கையை நீண்ட கழியில் படரவிட்டு இன்னொரு கையால் உந்திக் கழியைக் கல்லின் கீழ்முனையில் பாய்ச்சுகிறார். அதற்கடுத்திருப்பவர் பாறைக்கு நெருக்கமாக இருந்து முன்னங்கைகளால் கழியைத் தாங்கி, கவட்டு வழியாகக் கழியைச் செலுத்துபவருக்குக் குறுக்குவாட்டில் சக்தியைச் செலுத்துகிறார். இந்த சக்திகளெல்லாம் பாறையின் சுழல் அசைவில் சிறு நகர்த்துதலை நிகழ்த்தும் முனைப்பிலேயே வடிவம் பெற்றிருக்கின்றன. பேரியக்க சுழற்சியில் ஒரு தருணமிது. அந்த இயக்கத்துக்கான முயற்சியில் ஒருவர் தன்னை அபாயகரமான நிலையில் இருத்திக் கொண்டிருக்கக்கூடும். (பாறை பெயர்ந்து உருளும் பட்சத்தில் கூடவே ஒரு உழைப்பாளியும் உருண்டுவிடுவானே என்று பச்சாதாபத்துடன் பரிகசிக்கிறார் சிவகாமி.) அந்த அசைவுக்குப் பின் உருவாகும் மறு அசைவுக்கான

யத்தனிப்பில் வேறொருவர் தன்னை அபாயகரமான நிலையில் முன்வைக்கக் கூடும். ஒரு இயக்கத்தில் தன்னை அபாயகரமாக இருத்திக் கொள்வதன் தார்மீகத்தைச் சிவகாமி உணர்ந்திருக்கமாட்டார்.

சிலையின் வடிவமும் கட்டமைப்பும், செய்நேர்த்திக்கும் அழகியல் ஆற்றலுக்கும் சாட்சிகள். நான்கு உழைப்பாளிகளும் வெவ்வேறு நிலைகளில் நின்றிருக்கும் லாவகமும், செயல் முனைப்புக்கான பாவங்களும், தோற்ற அலாதிகளும், உடல் பொலிவுகளும் ஒரு லயத்தில் ஒருங்கிணைந்து சுழற்சியில் சிறு அசைவுக்கான செயலூக்கமாக விகாசம் பெற்றுப் பார்ப்பவர் எவரையும் ஒரு கணமேனும் தன்னில் இருத்தி பிரமிப்பும் வியப்பும் கொள்ள வைக்கின்றன.

கீழை மரபு, சுழற்சிக் கருத்தாக்கத்தையே (circular concept) வாழ்வு – காலம் – அழகியல் ஆகியவற்றின் அடிப்படைத் தத்துவமாகக் கொண்டிருக்கிறது. இது நேர்கோட்டுக் கருத்தாக்கத்தின் (linear concept) மொண்ணைத் தர்க்கத்துக்கு எதிரானது. ஒரு பாறாங்கல்லை நான்கு உழைப்பாளிகளை வைத்து உருட்டித் தள்ளிவிடுவது என்ற நேர்கோட்டு மொண்ணைத் தீர்வல்ல விஷயம். கலை எப்போதுமே இத்தகைய மொண்ணையான தர்க்கத் தீர்வுகளில் உயிர் கொள்வதில்லை.

“யார் வேண்டுமானாலும் எதைப் பற்றி வேண்டுமானாலும் எழுதுவது, தன்னை முன்னிறுத்தி வீர சாகசம் செய்வது, இலக்கியப் படைப்பு என்ற அளவில் அதைக் கொச்சைப் படுத்தி விடக்கூடும்” – இவை ராய் செளத்ரியை அதிரடியாகத் தாக்குவதற்கு முகாந்திரமாகச் சிவகாமி முன்வைத்திருக்கும் வார்த்தைகள். எதையும் எவரையும் போகிற போக்கில் கொச்சைப்படுத்திப் பெருமிதம் கொள்ளும் மனோபாவத்திலிருந்து சிவகாமி விடுபட வேறு உபாயம் வேண்டியதில்லை. தான் முன்வைத்த வார்த்தைகளுக்கு உண்மையாக இருக்க முயற்சித்தால் போதும்.

கடைசியாக ஒன்று: யந்திரரீதியான துல்லியம் (mechanical accuracy) பற்றிய கவலையின்றி அடிப்படையான, ஆழமான, உள்ளூறைந்த உண்மையின் சுழற்சியாகவே கலை வெளிப்பாடும் விகாசமும் பெறுகிறது. அத்தகைய ஒரு படைப்புதான் உழைப்பாளர் சிலை.

அதிகாலை 4½ மணிக்கெல்லாம் எழுந்துவிடும் தேவிபிரசாத், சூரியன் உதிக்கும் தருணத்தில் ஸ்டூடியோவில் படைப்பாக்கத்தில் ஈடுபட்டிருப்பார். காலை 10 மணியிலிருந்து நிர்வாக, ஆசிரியப் பணிகள். மாலையில் உடல்வாகு கொண்ட மாணவர்களுடன் மல்யுத்தம். மீண்டும் ஸ்டூடியோ. படைப்பாக்கத்தில் ஈடுபட்டிராத போது புல்லாங்குழல் வாசிப்பு, இலக்கிய வாசிப்பு, எழுத்தார்வம். தினசரி முழு பாட்டில் பிராந்தி. பாலுணர்வு வேட்கையில் குற்ற உணர்வற்ற, ஒளிவு மறைவற்ற, பாசாங்கற்ற ஈடுபாடு. ஒரு அற்புதக் கனவென வாழ்ந்த ஆதர்சம்.

1953இல் பிரிட்டிஷ் அரசு இவருடைய நிகரற்ற தகுதிக்காகவும், கலைப் பங்களிப்புக்காகவும் கௌரவப் பட்டமளித்தது (M.B.E.). அதே ஆண்டில் லலித் கலா அகாதெமியின் முதல் சேர்மனாக நியமிக்கப்பட்டார். டோக்கியோவில் நிகழ்ந்த யுனெஸ்கோவின் கலைக் கருத்தரங்குக்குத் தலைவராகவும் இயக்குநராகவும் தேவி பிரசாத் தேர்ந்தெடுக்கப்பட்டார். கல்கத்தாவின் ரவீந்திர பாரதி பல்கலைக்கழகம் இவருக்கு டி.லிட். பட்டம் வழங்கியது. இந்திய அரசு பத்மபூஷண் விருதளித்தது.

ஓவியம், சிற்பம், இசை, எழுத்து, மல்யுத்தம், வேட்டை, ஆசிரியப் பணி என வாழ்ந்த தேவிபிரசாத் இந்தியாவின் மறுமலர்ச்சி மனிதன்.

(கணையாழி, 1995)

கே.சி.எஸ். பணிக்கர்
இந்திய அழகியலின் நவீனத்துவ எழுச்சி

தமிழகக் கலைவெளியில் மிக முக்கியமான பரிமாணம் இவர். 60களில் நவீன கலை இயக்கமொன்றைக் கட்டமைத்தவர். கனவுகள் மிகுந்தவர். கனவுகள் செயல்வடிவம் பெறக் கடுமையாக முயன்றவர். இரு தலைமுறை இளம் ஓவியர்களின் ஆதர்ச சக்தி. கலை நம்பிக்கை என்பதன் மனித வடிவம். இந்தியக் கலை அரங்கில் ஒரு பெரும் சித்திரம்.

1911ஆம் ஆண்டு மே 30ஆம் தேதி கோயம்புத்தூரில் பிறந்த கே.சி.எஸ். பணிக்கர் தன் ஆரம்பக் கல்வியைக் கேரளாவில் படித்தார். அம்மாநிலத்தின் செழிப்பான இயற்கைப் பின்புலங்களும் நிலக்காட்சிகளும் இவர் மனதில் படிந்து இளம்வயதிலேயே இவரை வரையத் தூண்டின. தன் 11ஆவது வயதில் நிலக்காட்சிகளை

நீர்வண்ண ஓவியங்களாக வரையத் தொடங்கியவர் பணிக்கர்.

கல்லூரிப் படிப்பை சென்னை கிறித்துவக் கல்லூரியில் படித்த பணிக்கர், அதனைத் தொடர்ந்து இந்தியத் தொலைத் தொடர்புத் துறையில் கிட்டத்தட்ட 5 ஆண்டுகள் பணியாற்றினார். இக்காலகட்டத்தில் தன் வாழ்வு ஏதோ ஒரு கதியில் இழுத்துச் செல்லப்படுவதை உணர்ந்தார். தன்னுள் சலனித்துக்கொண்டிருக்கும் ஆழமான கலைத் தூண்டல்களை அவர் உணர்ந்தபடி நிம்மதியற்று இருந்த காலமிது. உள்ளார்ந்த திறன் சார்ந்த வெளிப்பாடாகத் தன் வாழ்க்கை அமைய வேண்டுமென்ற தாகமும் தகிப்பும் வேலையை உதறச் செய்தது. 1936இல் சென்னை ஓவியக் கல்லூரியில் மாணவனாகச் சேர்ந்தார். இதன்பின் எவ்விதத் திசை மாற்றமும் இல்லாது முழு உத்வேகத்தோடும் கலை நம்பிக்கையோடும் அயராது செயல்பட்டு ஓர் அபூர்வ கலை ஆளுமையாளராக உருவானார். 1940இல் ஓவியத்தில் பட்டம் பெற்றார். பணிக்கரின் திறன்மீது அபார நம்பிக்கை கொண்டிருந்த ராய் சௌத்ரியின் முயற்சியால் 1941இல் கல்லூரியில் ஓவிய ஆசிரியராகப் பணியேற்றார். ராய் சௌத்ரி 1957இல் ஓய்வு பெற்றதைத் தொடர்ந்து, ஓவியக் கல்லூரியின் முதல்வராகி பத்தாண்டுகள் தீவிர கதியில் செயல்பட்டு 1967இல் ஓய்வு பெற்றார். 1977இல் தன் 66ஆவது வயதில் மரணமடைந்தார்.

ஓர் ஓவியராக, நிலக்காட்சிதான் பணிக்கரின் முதல் வேட்கையாக அமைந்தது. வெளி, வண்ணம், ஒளி ஆகியவற்றின் மாயரூபத்தை உணரவும் அறியவும் இது வகை செய்தது. சிறு வயதிலேயே நீர் வண்ணத்தில் நிலக்காட்சிகளை வடிவமைத்த பணிக்கரின் கலை இயக்கத்தில் நிலக்காட்சி ஒரு நிரந்தரத் தன்மையோடு இறுதிவரை வலுவான உறவு கொண்டிருந்திருக்கிறது.

அடுத்ததாக அமைந்த, கோட்டைத் தீர்க்கமான கதியில் சலனிக்கச் செய்த உருவ ஓவியங்களிலும் நிலக்காட்சிகளின் சாயைகள் இடம் பெற்றிருக்கின்றன. இவருடைய சிறந்த படைப்பு வரிசைகளில் ஒன்றான 'தோட்டம்' என்பதில் இத்தன்மையை நாம் அலாதியாகக் காணமுடியும். 'இந்தியத் தன்மை' என்ற கருத்தியலை முன்வைத்து 1963இலிருந்து இவர் உருவாக்கிய 'வார்த்தைகளும் குறியீடுகளும்' வரிசையிலும் நிலக் காட்சிகளின் சாயைகளைக் காண முடிகிறது. இவ்வரிசையிலும் மரம், இலை, பறவை, மீன், குரங்கு, பசு, மயில், பாம்பு போன்றவை படைப்பின் தொனியோடு இணைந்து வருகின்றன.

1950களில் கோடு பற்றிய கருத்தாக்கத்தில் ஒரு புதிய வீச்சையும் பரிமாணத்தையும் உருவாக்கி கோட்டோவியத்தில் சென்னை ஓவியக் கல்லூரி ஒரு புதிய அலையை இந்தியக் கலைஅரங்கில் நிகழ்த்திக் காட்டியது. இக்கருத்தாக்கத்தை முன்னிலைப்படுத்தி தம் படைப்புகளில் செயல்பட்டு ஓர் ஆதர்சமாகத் திகழ்ந்தவர் பணிக்கர். கோடு ஒரு இயங்கு சக்தியாக ஓவிய வெளியில் உயிர்ப்பு பெற்றது. வளைவு, நெளிவு, சுழிப்பு, அறுபடுதல், நீள்தல் என கோடு, சுதந்திரமாகப் படைப்புவெளியில் இயங்கத் தொடங்கியது. 50களில் உருவான பணிக்கரின் கோட்டோவியங்கள் கோட்டின் உயிர்ப்புக்கும் அழகியலுக்கும் சாட்சிகளாகின.

1960களில் 'சென்னை இயக்கம்' (Madras Movement) என அறியப்பட்ட ஒரு நவீன கலை இயக்கம் தீர்க்கமான கதியில் இயங்கி இந்தியாவில் நவீன ஓவியப்போக்கில் பெரும் மாறுதலைக் கொண்டு வந்தது. இவ்வியக்கத்தின் ஆதர்ச சக்தியாக இருந்து அதைக் கட்டமைத்து வழி நடத்தியவர் பணிக்கர். இந்தியக் கலையின் சாரமாக எது இருக்கிறதோ அதுவே நவீன கலையின் உயிர்ப்பாகவும் இருக்கவேண்டும் என்ற கருத்தியலை முன்வைத்து செயல்பட்ட பணிக்கர் 60களில் அத்தகைய படைப்பாக்கங்களில் ஈடுபட்டார். அவருடைய 'வார்த்தைகளும் குறியீடுகளும்' வரிசை இத்தன்மையில் உருவான உயர்ந்த படைப்புகள்.

இவ்வியக்கத்தின்போது, ஐரோப்பிய கல்வித்துறைசார் பகுப்பாய்வு உத்திகள் புறமொதுக்கப்பட்டன. காலனிய செல்வாக்கும் ஆதிக்கமும் இந்தியக் கலை அரங்கிலிருந்து வெளியேற இவருடைய கருத்தியலும் படைப்புகளும் வழிகாட்டின. மாறாக, நம் செழுமையான கலை மரபின் சாரமே நவீன கலையின் உயிர்ப்பாக அமையவேண்டுமென்பது உணரப்பட்டது.

பேராற்றலின் எழுச்சி வடிவங்களாக அமைக்கப்படும் உருவ பாணியைக் கொண்டது நம் நாட்டார் மரபு. விசித்திரக் கவர்ச்சி யோடும் ஒரு நிகழ்ச்சி பற்றிய குறுங்கதைத் தன்மையோடும் வெளிப் பட்டது நம் மினியேச்சர் மரபு. மகத்தான காவியத்தன்மை கொண்டது நம் செவ்வியல் சிற்ப மரபு. ஆற்றல்மிக்க உருவம், குறுங்கதை, காவிய அம்சம் ஆகிய நம் மரபுக் கோலங்கள் நவீன கலையில் உள்ளூறைய வேண்டும் என்ற கனவோடும் வேட்கை யோடும் சிந்தனையோடும் செயல்பட்டவர் பணிக்கர்.

50களில் உருவான இவருடைய உருவ ஓவியங்களில் உணர்ச்சிகளும்

பாவங்களும் படர்ந்திருக்கின்றன. துயரமும் வலியும் ஏந்திய உருவங்கள் இவை.

60களில் உருவான 'வார்த்தைகளும் குறியீடுகளும்' என்ற வரிசை ஓவியங்கள் தொனியும் அலங்காரமும் மிக்கவை. இத் தொடரில் குறிப்பிட்ட அளவிற்கேற்ப அமைக்கப்படும் வெளி, அவ்வளவிற்கேற்ப அமைக்கப்படும் உருவம் என்ற வழக்கமான நடைமுறையை உதறிய பணிக்கர், படைப்பு வெளியை சிறு சிறு பகுதிகளாக 'மினியேச்சர்' பாணியில் கட்டமைத்தார். இவற்றில் இடம்பெற்ற வார்த்தைகளையும், குறியீடுகளையும், தாந்திரீக அம்சங்களையும் அர்த்தங்களைக் கடந்த நிலையில் தொனி ரூபமாக்கினார். இப்படைப்புகள்பற்றி அவர் குறிப்பிடுவது:

"வார்த்தைகளும் குறியீடுகளும் வரிசையை 1963இல் தொடங்கினேன். ஒரு புதிய வகை ஓவியச் சூழலை உருவாக்க விழைந்த எனக்குக் கணிதக் குறியீடுகள், அராபி எண்கள், ரோமன் எழுத்துகள் உதவின. மேலைநாட்டின் நவீன கலை, என்னை மேலும் இட்டுச் செல்வதற்குரிய வீரியமிக்க உணர்ச்சியின் ஆதாரமாக இல்லாமல் போய்விட்டதை 1956 முதலே நான் உணர்ந்தும் அறிந்தும் வருகிறேன்.

படைப்புகளின் தொடர்ச்சியில் என் குறியீடுகள் மாறத் தொடங்கியபோது, என் மலையாள எழுத்துகள் மிகவும் வசதியாகத் தெரிந்தன. தாந்திரீகக் கலையின் சில வடிவங்களை நான் பார்வை ரீதியாக அறிந்திருக்கிறேன் என்ற போதிலும் என் படைப்புகள் தாந்திரீகக் கலையுடன் கொண்டிருக்கும் தொடர்பு ஆகக் குறைவே. என் எழுத்துகள் படிக்கப்படுவதற்காக இடம்பெறுபவை அல்ல. அவை புரியக்கூடாது என்பதற்காகவே விநோதமான பல வடிவங்களை எழுத்துக் கூட்டங்களின் இடையே புகுத்தினேன். அவை பார்வைரீதியான கோணங்களுக்காகவும், எண்ணங்களைப் பிணைப்பதால் உருவாகும் வடிவங்களுக்காகவுமே இடம்பெறுகின்றன. எவ்வித அர்த்தங்களுக்காகவும் அல்ல."

ஒரு ஆசிரியராகவும் கலை இயக்க ஆளுமையாளராகவும் இளம் ஓவியர்கள்மீதும் ஓவிய மாணவர்கள்மீதும் பெரும் அக்கறை கொண்டிருந்தார் பணிக்கர். ஓவியர்கள் தம் திறன் சார்ந்த வாழ்க்கையை நடத்துவதற்கு வசதியாகப் பல்வேறு முயற்சிகள் மேற்கொண்டார்.

1944இல் 'முற்போக்கு ஓவியர்கள் சங்கம்' என்ற அமைப்பைத் தொடங்கினார். இதன்மூலம் நவீன ஓவியர்கள் தம் ஓவியங்களைக் காட்சிப்படுத்த வகை செய்தார்.

கல்லூரி முதல்வரான பிறகு மாணவர்கள் தங்கள் படைப்பு களைப் பற்றிப் பேசுவதற்கும் விற்பதற்கும் ஆங்கிலப் பேச்சறிவு உதவும் என்பதால் ஆங்கிலம் பேசக் கற்றுக்கொள்ள ஏற்பாடு செய்தார்.

'பத்திக்' போன்ற கைவினைப் பொருட்கள் செய்வதற்கான பயிற்சி வகுப்புகளையும் உருவாக்கி வருமானத்திற்கு வகை செய்தார்.

1964இல் 'கலைஞர்களின் கைவினைப் பொருட்கள் சங்கம்' என்ற அமைப்பை நிறுவினார்.

கல்லூரி முதல்வர் பொறுப்பிலிருந்து ஓய்வு பெறுவதற்கு முன்பாக, ஓர் அபூர்வ கனவின் நனவாக 'சோழ மண்டல ஓவியர் கிராமத்'தை உருவாக்கினார். படைப்பாளிகள் ஒருங்கிணைந்து வாழ்ந்து படைப்பாக்கங்களில் ஈடுபட வேண்டுமென்ற பெரும் கனவின் வடிவமிது. இருப்பிடமற்றவரும், மனநிலை பிசகியவரும், சரிவரப் பேச்சு வராதவரும், 32 வயதில் தற்கொலை செய்து கொண்டவரும், அதேசமயம் விந்தைப் புனைவுலக மேதையுமான கே. ராமானுஜம், பணிக்கரின் அரவணைப்பில் சோழமண்டலத்தில் தங்கியிருந்துதான் தனது அரிய படைப்புகளை உருவாக்கினார். பணிக்கரின் லட்சியப் பார்வைக்கும், ஓவியர்களின் நலன் குறித்த அக்கறைக்கும் ராமானுஜமே பெரும் சான்று.

ஒரு லட்சியக் கனவின் வடிவமாக வாழ்ந்த கலை மேதை கே.சி.எஸ். பணிக்கர். தமிழக நவீன கலைவெளியில் ஓர் அபூர்வ சித்திரம் இவர்.

(தீராநதி, நவம்பர் 2004)

எஸ். தனபால்
கலை இயக்கம்

தமிழக நவீன கலைச்சூழலின் வளத்துக்கு வலுவான அடித்தளம் அமைத்தவர்கள்: தேவி பிரசாத் ராய் சௌத்ரி, கே.சி.எஸ். பணிக்கர் மற்றும் எஸ். தனபால். இவர்களில் எஸ். தனபாலின் முக்கியத்துவம் தனிச் சிறப்பு வாய்ந்தது. இவர் தமிழ்மண்ணில் பிறந்து வளர்ந்தவர். அக்கால கட்டத்தில் ஓவியப்பள்ளியில் மாணவனாகச் சேர்வதற்குக் குறைந்தபட்சக் கல்வித் தகுதி என்ற நெறிமுறை ஏதும் கிடையாது. ஓவியத் திறனும் ஆர்வமும் போதும். தமிழ் மட்டுமே பேசத் தெரிந்து, மிகுந்த ஆர்வத்தோடு அப்பள்ளியில் சேர்ந்த, சேர விழைந்த மாணவர்களுக்குப் பெரும் ஆதர்சமாகத் திகழ்ந்தவர் எஸ். தனபால். இவரின் சுபாவமான எளிமையும், தோழமையும், ஆதரவும், அரவணைப்பும், அனுசரணையும், அபாரமான ஆசிரியத்துவமும் தமிழ் பேசும் மாணவர்களுக்கு

மிகுந்த உத்வேகமளித்தன. இன்று முதனிலை வகித்துச் செயல்படும் கலைப் படைப்பாளிகளில் பலர் இவருடைய மாணவர்கள். ஆசிரியர் தனபாலுடைய ஆளுமையை அவர்கள் நினைவுகூர்வதும் போற்றுவதும் இவருடைய அருமையை உணர்த்துகின்றன. ஓவியரும் சிற்பியுமான தனபால், முதன்மையாக மிகச் சிறந்த ஆசிரியர். 82ஆவது வயதில் மரணமடையும் வரை ஆசிரியப் பணியைத் தொடர்ந்துகொண்டிருந்தார். இப்பணியில் மகிழ்வும் நிறைவும் பெற்று அர்ப்பண உணர்வோடு வாழ்ந்த கலை வாழ்க்கை இவருடையது.

சென்னையில் 1919ஆம் ஆண்டு மார்ச் 3ஆம் தேதி பிறந்த இவர், மைலாப்பூரில் கோவில், திருவிழா, இசை, நடனம் என வளமான கலாசாரப் பின்புலத்தில் வளர்ந்தார். கோவில் தேருக்காக ஒரு முதியவர், மரத்தில் உருவத்தைச் செதுக்கிக்கொண்டிருப்பதைப் பார்த்தபடி நின்றிருந்த பள்ளிப் பருவ நாட்கள் இவருடையவை. பள்ளிப் பருவத்திலேயே நடனமும் கற்றுக்கொண்டார். அந் நாட்களில் இவர் பள்ளியில் வரைந்தவை, பள்ளி டிராயிங் மாஸ்டர் உட்பட பலரின் கவனத்தைக் கவர்ந்தன. அப்பகுதியைச் சேர்ந்த மரபு ஓவியர் கோவிந்தராஜுலு நாயக்கர் அளித்த பயிற்சியின் பலத்தோடு 1935ஆம் ஆண்டு சென்னை ஓவியப்பள்ளியில் மாணவனாகச் சேர்ந்தார்.

ராய் சௌத்ரியின் தலைமையில் சென்னைப் பள்ளி கலைமுகம் சூடியிருந்த காலமது. இந்திய அரங்கில் கலை மாணவனாக விரும்பும் இளைஞர்களின் கனவுக்கு ஆதர்சமாகத் திகழ்ந்த ராய் சௌத்ரியின் விரிந்த சிறகுகளுக்குள் பல மாநிலத்தவரும் தங்கள் கனவுகளைப் பொறிக்க வந்து கூடிய காலம். மாணவப் பருவ ஐந்தாண்டுகளில் வங்க மறுமலர்ச்சி இயக்கத்தின் தன்மைகளையும், மேற்கத்திய பாணிகளையும், தென்னிந்தியக் கலை மரபின் அழகியல் நுட்பங்களையும் தனபால் அறிந்தார். இவருடைய படைப்புத் திறன், ராய் சௌத்ரியின் கவனத்தை ஈர்த்தது. இது, படிப்பு முடிந்ததும், 1941ஆம் ஆண்டு ஓவியப் பயிற்றுவிப்பாளராக சென்னைக் கலைப்பள்ளியில் இவர் சேர வழி செய்தது. இவருக்கு மூத்த மாணவராக இருந்து ஓவியத்துறை ஆசிரியராக ஆகியிருந்த கே.சி.எஸ். பணிக்கரிடம் ஏற்பட்டிருந்த நெருக்கமும் நட்பும் நவீனத்துவத்தின் சாயைகளைப் படைப்பில் எதிர்கொள்ள உதவியது. நவீனத்துவத்தை இந்தியத் தன்மையோடு எதிர்கொள்ளப் பணிக்கர் பிரயாசைப்படத் தொடங்கியிருந்த காலமது.

இதற்கிடையே, ராய் சௌத்ரி சிற்பப் படைப்பில் ஈடுபட்டிருக்கும்போது, அவருக்கு ஒத்தாசையாக இருந்த தனபாலுக்குச் சிற்பக்கலையில் நாட்டம் ஏற்பட்டுவிட்டிருந்தது. உருவச்சிலைகள் வடிப்பதில் இவர் முதலில் கவனம் செலுத்தினார். காமராஜர், பெரியார், திரு.வி.க., பாரதிதாசன், டாக்டர் ராதாகிருஷ்ணன் ஆகியோரின் உருவச்சிலைகளை ஆக்கினார். பாரதிதாசனோடு நெருங்கிய நட்பும் கொண்டிருந்தார்.

1957இல் ராய் சௌத்ரி, முப்பதாண்டு கால அயராத பணிக்குப் பின் ஓய்வு பெற்றபோது, பணிக்கர் முதல்வரானார். தனபால் சிற்பத் துறையின் பொறுப்பேற்றார். இக்காலத்தில் கல்லூரியில் சிற்பத் துறையின் முழு வளர்ச்சிக்கு வெகுவாகப் பிரயாசைப்பட்டார். சிற்பக் கலையின் நவீனத்துவ வெளிப் பாடுகளைப் பல்வேறு ஊடகங்களில் சுயமானதும் மரபானதுமான அழகியல் நுட்பங்களோடு மேற்கொண்டார்.

1968ஆம் ஆண்டு கும்பகோணம் ஓவியக் கல்லூரியின் முதல்வரானார். பின்னர், பணிக்கரின் ஓய்வினை அடுத்து, 1972ஆம் ஆண்டு சென்னை ஓவியக் கல்லூரியின் முதல்வரானார். 1977ஆம் ஆண்டு பணி ஓய்வு பெற்றார். அதன் பின்னரும் வீட்டில் தன்னிடம் வரும் மாணவர்களுக்குக் கற்றுக் கொடுத்துக்கொண்டிருந்தார். கடைசி ஆண்டுகளில், கலாக்ஷேத்ராவில் நுண்கலைத் துறைப் பேராசிரியராக இவரின் ஆசிரியப் பணி தொடர்ந்தது. நம்முடைய கலை மரபையும், மேலைக் கலைஞர்களின் மேதைமைமிக்க படைப்புகளையும் மாணவர்களுக்கு அறிமுகப்படுத்துவதில் பேதம் காட்டுவதில்லை. அதேசமயம், தனதான அர்த்தமுள்ள கோடுகளுடன் மாணவர்கள் வெளிப்படும்போது அவர் கொள்ளும் எக்களிப்பு அலாதியானது. 2000ஆம் ஆண்டு, மே 15ஆம் நாள் தனபால் காலமானார்.

தனபாலின் மறைவுக்குப் பின், ஐம்பதாண்டுகளுக்கும் மேலாக அவர் படைத்த ஓவியங்கள் மற்றும் சிற்பங்களின் கண்காட்சி, சென்னையில் 2001ஆம் ஆண்டு ஆகஸ்டு 14–28 வரை 15 நாட்கள் லலித் கலா அகாதெமியால் நடத்தப்பட்டது. இக்கண்காட்சியின் போது, படைப்பாளியாக அவருடைய அருமையை உணரமுடிந்தது.

ஓவியராகக் கலை வாழ்க்கையைத் தொடங்கிய தனபாலின் ஆரம்ப கால ஓவியங்கள் வங்க ஓவிய இயக்கத்தினதும், மேலை நாட்டு இம்ப்ரஷனிச இயக்கத்தினதும் பாதிப்புகளிலிருந்தே உருவாகியிருக்கின்றன. ராய் சௌத்ரி முதல்வராக இருந்த அக்கால

கட்டத்தில் சென்னை பள்ளிச் சூழலில் நிலவிய பொதுத்தன்மை இது. தனபாலைப் பொறுத்தவரை, நந்தலால் போஸின் சித்திரங்கள் அவரை அதிகமாக ஈர்த்திருக்கின்றன. தனபாலின் மன உலகுக்கு மிகவும் அணுக்கமாக அவை இருந்திருக்கின்றன. மெல்லிய, வெகு லகுவான, சரளமும் சுதந்திரமும் இசைமையும் கூடிய கோடும், அனுசரணையான வெளியும் இணக்கமாக அமைந்து உருவாகும் லயத்தை இவருடைய ஓவியங்களில் காண முடிகிறது. இவருடைய ஓவியங்கள் செழுமையான மரபிலான மரபுக் கவிதை எனில் சிற்பங்கள் புதுக்கவிதை.

பின்னர் சிற்பக் கலையில் இவர் ஈடுபட்டபோது, பல்லவ சிற்பிகள் முதல் சமகாலச் சிற்பிகளான ரூடின், ஹென்ரி மூர் வரையான படைப்பாளிகளின் பாதிப்பை ஆரோக்கியமாக ஏற்று, தனதான உலகையும் நுட்பங்களையும் வெளிப்பாடாக்கினார். நவீனத்துவ எழுச்சியும் தமிழ் அழகியல் கூறுகளும் லயப்படும் சிற்பங்கள் இவருடையவை. "சிற்பம் என்பது, கொள்ளளவு, இசை மற்றும் வெளி அடங்கியது. இவை இசையின் ஏழு சுரங்களைப் போன்றவை. இயற்கையானவை அல்ல, மனதால் உருவாக்கப் படுபவை. அவையே கலையின் அடிநாதம். அதன் மிச்சம் திரும்பவும் மனதுள்ளேயே இருக்கிறது" என்கிறார் தனபால்.

இவருடைய சிற்பங்களின் முக்கியத்துவம், குறித்து, சமீபத்தில் காலமான எழுத்தாளரும், கலை விமர்சகருமான முல்க் ராஜ் ஆனந்த் பின்வருமாறு குறிப்பிடுகிறார்:

> "சென்னைப் பள்ளியில் அமைந்திருந்த மாடல்களைப் பிரதியெடுப்பதற்கான பயிற்சிமுறை, படைப்பின் பொருள்கள் மற்றும் புதிய சிந்தனைகள் குறித்து சிந்திப்பதற்கான நேரத்தை மாணவர்களுக்கு அரிதாகவே அளித்தது. அதனால் தனபால் வங்கப் பள்ளியின் படைப்பாளிகளையும், ஐரோப்பிய இம்ப்ரஷனிஸ்டுகளின் படைப்புகளில் காணப்பட்ட சுதந்திர வெளிப்பாட்டிற்கான உற்சாகத்தையும் மனதில் கொண்டு, தாமாகவே இவை குறித்த தேடலைத் தொடங்கினார். இந்த இருபதாண்டுக் காலகட்டம், நாட்டுப்புறக் கலைகளிலிருந்தும் மரபான வெண்கலச் சிற்பங்களிலிருந்தும் வரலாற்றுத் தன்மையும் சமகாலத் தன்மையும் ஊடாடிய, அவருக்கே உரிய ஒரு தனிபாணியை அவருள் ஏற்படுத்தின. மரபுக் கூறுகளை முற்போக்குக் கருத்துகளுக்குள் இசைமைப்படுத்திய முதல் சமகால இந்தியச் சிற்பியாக தனபாலையே குறிப்பிட வேண்டும்."

ராய் சௌத்ரி சிற்ப ஆக்கத்தில் ஈடுபடும்போது ஒத்தாசையாக இருந்து தனபால் கற்றுக்கொண்டபோதிலும், கே.சி.எஸ். பணிக்கரே சிற்பக் கலையாக்கத்தில் ஈடுபடும்படி தனபாலைத் தொடர்ந்து வலியுறுத்தியவர். பணிக்கர் குறிப்பிடுவது:

"தனது சிறந்த, நுட்பமான ஓவியங்களில் பல்லவ மற்றும் சோழர்காலத் தொழில்நுட்பங்களின் பிரமாண்டத்தைத் தொடர விழையும் அவரது பேராவலைக் கவனித்த எவருக்கும் அவர் ஒரு சிறந்த சிற்பியாக உருவாவது ஆச்சரியமளிக்காது. இந்தியத்தன்மையுடைய அவரது சிற்பங்களின் தொகுப்பமைவு (composition) பிற்காலத்தில் அவரை முழுமையாக நிலைநிறுத்தும். அவற்றின் தனித்துவமும் நேர்மையும் கொண்ட கூறுகள், நம் நாட்டின் மரபுகளை உள்வாங்கியதோடு மட்டுமல்லாமல் சமகால உலகச் சிற்பங்களின் சுவாரஸ்யமான கூறுகளையும் உள்வாங்கியிருக்கும் மனிதராக அவரைத் தனித்துக் காட்டுகின்றன."

முதுமையில், சிற்பம் படைப்பதிலுள்ள சிரமங்கள் காரணமாக, மீண்டும் ஓவியத்திற்குத் திரும்பினார் தனபால். ஒருபோதும், படைப்பாக்கத்திலிருந்தும் ஆசிரியப் பணியிலிருந்தும் ஓய்வு பெற்றதில்லை அவர்.

அர்ப்பண உணர்வோடும் தீர்க்கமான நம்பிக்கையோடும் வாழ்ந்த இவரின் கலைப்பணி, நவீன தமிழ் இலக்கியச் சூழலின் வளத்துக்கு சி.சு. செல்லப்பா ஆற்றிய பணியோடு ஒப்பிடக்கூடியது. 'எழுத்து' எனும் சிறுபத்திரிகையைப் பத்தாண்டுகள் அர்ப்பண உணர்வோடும் தீர்க்கமான பார்வையோடும் சொத்துகளை இழந்து சி.சு. செல்லப்பா நடத்தியதும், பல்கலைக்கழகங்களிலும் கல்லூரிகளிலும் நவீன தமிழ் இலக்கியத்தை அறிமுகப்படுத்தும் லட்சியத்தோடு இரு பெரும் பைகளில் புத்தகங்களைத் தூக்கிக்கொண்டு அலைந்ததும் எவ்வளவு முக்கியமானதோ, அவ்வளவு முக்கியமானது தனபாலின் கலைப் பணி. தனபாலின் வீட்டிலேயே தங்கி, சாப்பிட்டு உருவான கலைஞர்கள் பலர். இன்னொரு உதாரணம்: சோழ மண்டலம் உருவாக்கப்பட்டபோது, அங்கு வேலி போடுவதிலிருந்து கொட்டகை அமைப்பது வரை, அவ்வேலையில் ஈடுபட்டிருந் தோருக்கு மைலாப்பூரிலுள்ள தன் வீட்டிலிருந்து உணவினைத் தினந்தோறும் சைக்கிளில் எடுத்துச் சென்றிருக்கிறார். (கிட்டத்தட்ட 20 கி.மீ. தூரம் இருக்கும்.) சி.சு.செல்லப்பாவின் வாழ்க்கை ஓர் இலக்கிய இயக்கமாக

அமைந்ததைப் போல, ஒரு கலை இயக்கமாக அமைந்தது எஸ். தனபாலின் வாழ்க்கை.

தனபாலின் கலை வாழ்வு முழுமையானது; இயக்க குணம் கொண்டது. பொதுவாக, இன்றைய ஆசிரியர்களிடம் காணப்படும் உத்வேகமற்ற அசட்டையான மனோபாவம் காரணமாக சென்னை ஓவியக் கல்லூரிப் பின்புலத்தில் அசமந்தமான சூழ்நிலையே காணப்படுகிறது. தனபாலின் அர்ப்பண உணர்வையும், உத்வேகமிக்க ஆசிரியத்துவத்தையும், லட்சிய வேட்கையையும் போற்றி ஸ்வீகரிக்க வேண்டிய கட்டாயத்தைக் காலம் கேட்டுநிற்கிறது.

(தீராநதி, டிசம்பர் 2004)

எல். முனுசாமி
உள்ளார்ந்த தகிப்பின் உக்கிர வெளிப்பாடுகள்

தனித்துவமிக்க கலை ஆளுமையோடு நவீன கலையைத் தமிழகத்தில் கட்டமைத்த மூன்று ஆதர்ச சக்திகள்: தேவி பிரசாத் ராய் செளத்ரி, கே.சி.எஸ். பணிக்கர், எஸ். தனபால். இந்த மூன்று முன்னோடி மேதைகளிடமும் ஒருசேரப் பயின்று வெளிப்பட்ட மிக முக்கியமான இரு படைப்பாளிகள்: ஏ.பி. சந்தானராஜ், எல். முனுசாமி. இவர்கள் இருவரும் இருவேறு எல்லைகளில் சஞ்சாரம் செய்த இணையற்ற கலைஞர்கள்.

நவீன கலையில் சந்தானராஜும், முனுசாமியும் தம் கோடுகளிலும் வண்ணங்களிலும் தொடர்ந்து சற்றும் அயராது பரிசோதனைகளை மேற்கொண்டு

அவற்றுக்கு ஒரு மாயத் தன்மையை அளித்தவர்கள். சந்தானராஜின் நவீனப் புனைவுகள் கவித்துவப் பேரழகை வசப்படுத்தின; எனில், முனுசாமியின் நவீனப் புனைவுகள் தன்வயமான உள்ளார்ந்த தகிப்புகளை வெகு உக்கிரத்துடன் வெளிப்படுத்தின.

1927ஆம் ஆண்டு சென்னையில் நகை வேலை செய்யும் குடும்பத்தில் முனுசாமி பிறந்தார். தலைமுறை தலைமுறையாகக் கைவினைஞர்களாக வாழ்ந்த குடும்ப பாரம்பரியம் இவருடையது. சென்னை கலை மற்றும் கைவினைப்பள்ளியில் சேர்வதென்பது சிறுவயது முதலே இவருடைய கனவாக இருந்துவந்தது. எனினும், குடும்பத்தில் ஏற்பட்ட பொருளாதார நெருக்கடி காரணமாக இளம் வயதிலேயே இவர் ஒரு சாதாரண வேலைக்குச் செல்லும்படியானது. அப்போதும் அவர் தொடர்ந்து வரைந்து கொண்டிருந்தார். ஓவியத்தை முறையாகக் கற்றுக்கொள்ள, ஒரு பயிற்சியாளரின் தேவையை அப்போது அவர் உணரத் தொடங்கியிருந்தார். அச்சமயத்தில், இயல்பிலேயே இதமும் உத்வேகமும் தரக்கூடிய ஆசானும் படைப்பாளியுமான தனபாலின் அறிமுகம் நண்பர்கள் மூலமாகக் கிட்டியது. அவர் வாழ்வைத் திசை மாற்றிய அறிமுகம் இது. இந்த அறிமுகத்துக்குப் பின் அவருடைய சூழலும், மனவெளியும் ஒளிரத் தொடங்கின. இதன் தொடர்ச்சியாக, 1948ஆம் ஆண்டு சென்னை கலை மற்றும் கைவினைப் பள்ளியில் மாணவராகச் சேர்ந்தார். "என் வாழ்வின் முதல் ஆசிரியரான தனபால்தான் என்னுள்ளிருந்த கலைஞனை அன்போடு அரவணைத்து வளரச்செய்தவர்" என்கிறார் முனுசாமி.

1953ஆம் ஆண்டு தன் ஓவியப் படிப்பை முடித்த இவர், 1958ஆம் ஆண்டு அக்கல்லூரியில் ஆசிரியராகச் சேர்ந்தார். ஓய்வு பெறுவதற்கு முந்தைய கடைசி சில ஆண்டுகள் அக்கல்லூரியின் முதல்வராகவும் இருந்தார்.

எந்த ஒரு தீர்க்கமான இளம் படைப்பாளியைப் போலவே முனுசாமியும் ஆரம்ப காலத்தில் தீவிரமான அறிதல் பயிற்சிகள் (studies) மேற்கொண்டு அதன் பலத்தோடு யதார்த்தமான புனைவுகளை உருவாக்கினார். அதனையடுத்து சர்வதேசப் படைப்பாளிகளின் புனைவுகளிலிருந்து தாக்கங்கள் பெறத் தொடங்கினார். குறிப்பாக, தோற்றங்களை அல்ல; தோற்றங்களில் உறைந்திருக்கும் சாரத்தை அகப்படுத்துவதே கலை என்ற

இம்பிரஸனிஸ்டுகளின் கலை மனோபாவம் அவரை வெகுவாக ஈர்த்தது. தன் உள்முகம் நோக்கித் தன் பார்வையைத் திருப்பினார். அதனூடான தொடர் பயணத்தில் அவருக்கே உரித்தான ஒரு மனப்பதிவை (impression) அவருடைய கலை ஏற்றது. இப்பயணத்தின் விரிந்த கோலமாக அரூப ஓவியங்களில் அவர் பயணம் தொடர்ந்தது. அழுத்தமான அகண்ட கோடுகளும், அடர்த்தியான பட்டைத் தீற்றல்களாய் வண்ணங்களும் அமைந்து, உள்முகமான அகஉலகின் உக்கிரம் இவர் படைப்புகளில் வெளிப்பட்டுக்கொண்டிருந்தது.

அறுபதுகளின் தொடக்கத்தில் இவர் மேற்கொண்ட வெளிப்பாட்டு ரீதியான பரிசோதனைகளுக்கு உதாரணமாக மனித உருவத்தை இவர் அணுகிய விதத்தை எடுத்துக்கொள்ளலாம். மனித உருவப் படத்தைப் பொறுத்தவரை, அது ஒருவித கட்டுப்பாட்டை முன்மொழிகிறது. அதன் வரையறை தீர்மானமானது; கோடுகள் கட்டுப்பாட்டில் இருக்கவேண்டும். வரையறைக்குள் அந்த உருவத்தை வடிவமைக்க வேண்டும். முனுசாமி, மனித உருவத்தை ஒரே சமயத்தில் நிஜமானதாகவும், மாயத்தன்மை கொண்டதாகவும் உருவாக்கும் எண்ணம் கொண்டு பரிசோதனைகள் மேற்கொண்டார். இம்பிரஸனிச பாணியை அவர் கைக்கொண்டபோதும், உள்ளும் புறமுமான உடல் வெளியினூடாக கூட்டு மெய்மையைக் கட்டமைத்தார். இதன்மூலம் இவருடைய மனித உருவ மாடல்கள், நிர்ணயிக்கப்பட்ட உடல் கட்டமைப்புகளிலிருந்து விடுபட்டனர். இவருடைய சுயமான படைப்பாக்கங்களாக மாடல்கள் உருமாற்றம் கொண்டனர். வெளியீட்டுத் தன்மைகளில் புதிய வெளிச்சம் இவருக்குக் கிடைத்தது. இவ்வாறாக விரிந்து செழித்த பயணம் இவருடையது. அன்று அரூப ஓவியப் படைப் பாக்கங்களில் ஈடுபட்டவர்கள் எல். முனுசாமியும் எஸ். முருகேசனுமே.

மிகப் பெரிய கூட்டுக் குடும்பத்தில் பிறந்த எல். முனுசாமிக்கு சிறு வயதில் அம்மாவின் அரவணைப்பு கிடைக்கவில்லை. பிற் காலத்தில் அவர் மிகவும் நேசித்த மனைவியும் எதிர்பாராமல் இளம் வயதிலேயே இறந்துவிட்டார். எல். முனுசாமியை நிலைகுலையச் செய்த இந்த இழப்புக்குப் பின் ‘பெண்’ என்ற தலைப்பில் அவர் உருவாக்கிய ஓவிய வரிசை மிக முக்கியமானது. வாழ்வின் மிகப் பெரிய சக்தியாகப் பெண்ணை அவர் உணர்ந்திருந்தார். இதற்குப் பின்னரே கறுப்பு வண்ணத்தை அவர் தன் ஓவியங்களில் அதிகமும் பயன்படுத்தத் தொடங்கினார். குறுக்கும் நெடுக்குமான பட்டையான கறுப்புத் தீட்டல்கள் ஆழ்ந்த தொனியுடன் அவர் படைப்புகளில் இடம்பெற்றன.

வண்ணமயமான நிலக்காட்சிப் பதிவை உருவாக்கும்போதுகூட கறுப்புவண்ணம் ஊடாடிச் செல்கிறது. பெண் உருவங்களில் ஊடாடிய இப்பயணத்தின்போதுதான் உருவங்களைக் கடந்த அரூபவெளியை இவர் கண்டறிந்தார்.

தேசியத்தன்மையோடு கூடிய கலை என்பது ஒரு நோக்கமாக வும் செயல்திட்டமாகவும் முன்வைக்கப்பட்ட அக்கால கட்டத்தில், தனதான உலகை நேர்மையோடும், தீவிரத்தோடும், கலை மனோபாவத்தோடும் ஒரு படைப்பாளி சிருஷ்டிக்கும்போது அது தன்னளவில் அவனுடையதாகவும், அதேசமயம் தேசத்தினுடைய தாகவும், அதே கணம் சர்வதேசத்துக்கும் சொந்தமானதாகவும் ஒரு கலைப் படைப்பு விகாசம் பெறும் என்ற நம்பிக்கையோடு செயல் பட்டவர் முனுசாமி. ‘எனக்கென்று எந்த அடையாளமுமில்லை. நான் உலகளாவிய மனிதன்; நான் கலைஞன்’ என்ற கர்வம் அவரிடமிருந்தது.

சாந்தமான சுபாவமும், ஒதுங்கியிருக்கும் மனோபாவமும் கொண்டிருந்த முனுசாமி, தன் கொந்தளிப்புகளையும் துக்கங் களையும் சந்தோஷங்களையும் இழப்புகளையும் படைப்பின் வழியாகவே கடந்து கொண்டிருந்தார். முற்றிலும் தன்வயமான உலகில் சதா இயங்கிய படைப்பாளி இவர். 50 ஆண்டுகளுக்கும் மேலாக, தனதான உலகைப் படைப்புகள் வழியாகத் தோற்றப் படுத்தியபடியே நகர்ந்துகொண்டிருக்கும் வாழ்வு இவருடையது. தன் ஆயிரக்கணக்கான படைப்புகளோடு மிகத் தனிமையான, தன் கலைக்கு மட்டுமே கடமைப்பட்ட ஒரு வாழ்வை இவர் வாழ்ந்துவருகிறார்.

(தீராநதி, ஜூன் 2004)

ஏ.பி. சந்தானராஜ்
நவீன கலையின் லட்சிய உருவகம்

இந்திய நவீன கலைவெளியில் ஒரு புதிய விசை ஏ.பி.சந்தானராஜ், தனித்துவமிக்க கலை மேதை. படைப்புரீதியான பரிசோதனைகள், கலை நுட்பங்கள், புதிய உத்திகள், அலாதியான கலைத்திறன், தனதான கலை ஊடகத்தில் புதிய சாத்தியங்களைக் கண்டடையும் வேட்கை, தீர்க்கமான கலைநம்பிக்கை, பேரார்வம், உற்சாகம், உத்வேகம் என பேராற்றல்மிக்க சக்தியாக வாழ்ந்து கொண்டிருப்பவர் ஏ.பி. சந்தானராஜ்.

கோட்டுச் சித்திரங்களிலும் வண்ண ஓவியங்களிலும் இவர் உருவாக்கிய புனைவு மொழி தனித்துவமானது; செழுமையானது; கலை விகாசம் கொண்டது. கோடுகளின் மொழியிலும் வண்ணங் களின் மொழியிலும் அவற்றின் உச்சபட்ச

சாத்தியங்களைத் தம் உருவரீதியான படைப்பாக்கங்களின் மூலம் அடைய இடைவிடாது பிரயத்தனப் பட்டவர். தொடர்ந்த பயணங்களினூடாக அதிகபட்ச சாத்தியங்களை அகப்படுத்தி ஓவிய மொழியில் புது விசையையும் வீச்சையும் உருவாக்கியவர்.

1931ஆம் ஆண்டு திருவண்ணாமலையில் பிறந்த இவர், சிறுவயதிலேயே சித்திரங்களில் கொண்டிருந்த பேரார்வத்தைத் தொடர்ந்து 1948ஆம் ஆண்டு சென்னை ஓவியக் கல்லூரியில் மாணவனாகச் சேர்ந்தார். 1953ஆம் ஆண்டு தங்கப் பதக்க மாணவனாக டிப்ளமோ பட்டம் பெற்றார். அதனை அடுத்து இரண்டாண்டுகள் (1955–57) இந்திய அரசு மானிய உதவி பெற்று உயர்நிலை ஓவியப் பயிற்சி மேற்கொண்டார்.

1958ஆம் ஆண்டு, தம் 26ஆவது வயதில், சென்னை ஓவியக் கல்லூரியில் ஆசிரியப் பணியில் சேர்ந்தார். 1990ஆம் ஆண்டு அக் கல்லூரியின் முதல்வராக ஓய்வுபெறும் வரையான 32 ஆண்டு கால ஆசிரியப்பணி மிகவும் குறிப்பிடத்தகுந்தது. தான் அறிந்தவற்றை மாணவர்களுக்கு அறியப்படுத்துவதில் இவர் காட்டிய ஆர்வம் பல மாணவர்களுக்குப் புது வெளிச்சம் தந்திருக்கிறது. இடையில், இரண்டாண்டுகள் (1976–78) பேராசிரியராகப் பதவி உயர்வு பெற்று, திருவனந்தபுரம் நுண்கலைகள் கல்லூரியில் பணியாற்றினார். அக்கால கட்டத்தில் உருவான கேரள ஓவியர்கள் மிகுந்த பெருமிதத்துடன் இன்றும் இவரைக் கொண்டாடுகின்றனர்.

கலை வெளிப்பாட்டுக்கும், பரிவர்த்தனைக்கும், தொடர் பயணத்துக்கும் மனித உருவத்தையே பிரதானமாக முன்வைத்துத் தன் படைப்பாக்கங்களில் சந்தானராஜ் ஈடுபடுகிறார். மனித உருவத்தின் பிரதானம் ஏனெனில், மனித உடலில் மற்றும் புலனுணர்வுகளின் மொழியில் இவர் கொண்டிருக்கும் அலாதியான காதல் அல்லது நுட்பமான அவதானிப்பு எனலாம். இந்த அவதானிப்பு அல்லது காதல் மிக முக்கியமானது. இந்தியக் கலை அரங்கில் எந்த ஒரு ஓவியரையும்விட உடல்மொழி அல்லது புலனுணர்வுகளின் மொழி நிர்பந்திக்கும் நெருக்கடிகளை, சவால்கள் மிகுந்த பிராந்தியங்களை, எவ்விதத் தயக்கமுமின்றி அசாத்தியமாக எதிர்கொண்டவர் இவர். நெருக்கடிகளையும் சவால்களையும் எதிர்கொண்டு அவற்றை வசப்படுத்தும் மனமே கலைமனம். இதுவரை அறிந்த மொழியினூடாக நிறைவுகொள்ளும் அல்லது ஆசுவாசம் கொள்ளும் மனோபாவத்தை இவர் ஒருபோதும் கொண்டிருந்ததில்லை.

தன்னுடைய படைப்பு மனோபாவம் பற்றி அவரே குறிப்பிடுவது:

"நான் ஓவியம் பற்றி எப்போதும் தீராத வேட்கையோடு இருக்கிறேன். அதிலிருந்து என்ன வருகிறதென்று நான் அறியேன். முன்கூட்டி அனுமானிக்கப்பட்ட வடிவங்களை ஏற்றுக்கொள்ளக் கூடாதென்பதுதான் எனது ஒரே நோக்கம். சூழ்நிலை ஒரு குறிப்பிட்ட வடிவத்தை ஏற்றுக்கொள்ளு மாறு நிர்பந்திக்கிறது. வண்ணங்களைப் பொறுத்தும்கூட இதுவே உண்மை. நல்ல ஓவியன் என்பவன் மிகக் குறைவான சக்தியிலிருந்து மிக அதிகமான விளைவுகளைப் பெறுகிறவன். நான் வாழ்நாள் முழுவதும் ஒரு பணிவான மாணவன். எனது ஓவியங்களை நானே நிம்மதியாக அமர்ந்து மறுமுறை பார்ப்பதற்கு நேரமற்ற அளவுக்கு ஓவியத்தில் மிக அதிகமாக ஈடுபட்டிருப்பவனாக எனக்கு நானே தோன்றுகிறேன். ஓவியக் கல்லூரி டி.பி.ராய் சௌத்ரி, எச்.வி. ராம்கோபால், எஸ். தனபால், கே.சி.எஸ். பணிக்கர் ஆகியோரை ஆசிரியர்களாகக் கொண்டிருந்தது. பணிக்கர் எனது அறிவையும், கற்பனையையும் எப்படித் தூண்டினாரோ அதேபோன்று ராய் சௌத்ரி வடிவங்கள், வண்ணங்கள் பற்றி என்னைத் தூண்டினார்.

உண்மையில் இவர்கள் எல்லோரிடமிருந்தும் நான் ஏராள மாகக் கற்றுக்கொண்டேன். அனுபவத்திலிருந்து நான் தெரிந்துகொண்ட ஒன்று இதுதான்: இசையில் இருப்பது போலவே, ஓவியத்திலும் சூழல் என்பதுதான் ஒருவனிடம் மிக அதிகமாக ஆதிக்கம் செலுத்தும் எண்ணமாக இருக்கிறது."

உருவரீதியான கதையாடலை அபாரமான கோட்டுச் சித்திரங்களின் மூலம் இவர் வசப்படுத்தியது ஓவியவெளியில் ஒரு மாபெரும் நிகழ்வு. கோட்டின் தன்னிச்சையான சுதந்திர இயக்கம் பற்றி சென்னை ஓவியப் பள்ளி வெகுவாக அக்கறை கொண்டு ஓர் இயக்கமாகச் செயல்பட்ட போதிலும், அவர்களுள் சந்தானராஜ் கோட்டை அணுகியவிதம் தனித்துவமானது. இதுவரையான கோட்டுச் சித்திரங்களில் சந்தானராஜின் 'ஊதாரி மகன்' (Prodigal son) என்ற சித்திரம் வெகு அற்புதமானது. உருவத்தின் கட்டமைப்பை வெகுவாகக் குறுக்கிய அதேசமயம், மிக லகுவாகப் பூரணத்துவமடையச் செய்திருக்கும்விதம் அபாரமானது. நம் மரபான சிற்பக் கலையில் அமையும் புடைப்புச் சிற்பங்களின் செழுமையை உள்வாங்கிய உருவச் சித்திரமிது.

இவருடைய வண்ண ஓவியங்களை முல்லைத் திணை சார்ந்த நவீன வெளிப்பாடுகள் என்று கொள்ளலாம். இவருடைய எல்லா வண்ண ஓவியங்களும் செழிப்பான இயற்கைப் பின்புலம் கொண்டவை. நாட்டுப்புற வாழ்வின் மீதான ஏக்கத்தைக் கொண டிருப்பவை. இப்பின்புலத்தில் மைய உருவமாக ஒரு பெண் இருந்து கொண்டிருக்கிறார். மகத்தான புனைவுக் கோலங்களோடு மிகவும் ஒய்யாரமான வெளியீட்டு பாணியில் இவர் உருவாக்கும் மாய யதார்த்தம் மிகவும் வசீகரமானது. உள்ளார்ந்த மன எழுச்சிகளுக்கு ஆட்படுத்துவது.

சந்தானராஜின் தனித்துவமான படைப்பாளுமை பற்றி விமர்சகர் ஜோசப் ஜேம்ஸ் பின்வருமாறு குறிப்பிடுகிறார்:

> "அணுகுமுறையிலும் சரி, சாதனையிலும் சரி, எந்தவிதமான கோட்பாடும் தனது படைப்பில் குறுக்கிட சந்தானராஜ் அனுமதித்ததில்லை. அது அமைப்பு, விவரணை, பொருத்தப்பாடு போன்றவற்றின் தொழில்நுட்பம் சார்ந்த பிரச்சனையாகவோ அல்லது வெளிப்பாட்டைத் தூண்டும் உள்முக அவசமாகவோ இருக்கும். இந்த இரண்டிலுமே கோட்பாடு குறித்த சமிக்ஞைகளை, சந்தானராஜ் உள்நுழைய அனுமதிப்பதில்லை. இந்தக் காரணத்தினால்தான், நன்கு அறியப்பட்ட எந்தக் கோட்பாடுகளுடனாகட்டும் அல்லது அவற்றால் தூண்டப்பட்ட இயக்கங்களுடனாகட்டும் எளிதில் அடையாளப்படுத்த முடியாத ஒரு ஓவியராக அவர் இருக்கிறார். அவரை உந்துகிற மன அவசம் மற்றும் கித்தான்களின்மீது ஓவியங்களைத் தீட்டும் சக்திகளைத் தவிர வேறெதுவும் வேண்டாத ஓவியராக இருக்கிறார்."

நவீன தமிழகக் கலைவெளியின் லட்சிய உருவகம் சந்தானராஜ். "புலன்கள் உயர்ந்தவை. புலன்களை விடவும் மேலானது மனம். மனதை விடவும் மேலானது புரிதல்" என்கிறது பகவத்கீதையின் ஒரு வாசகம். தமிழகக் கலைவெளியில் இவ்வாசகத்தின் உருவகமாகத் திகழ்ந்து கொண்டிருப்பவர் ஏ.பீ. சந்தானராஜ்.

(தீராநதி, ஜனவரி 2005)

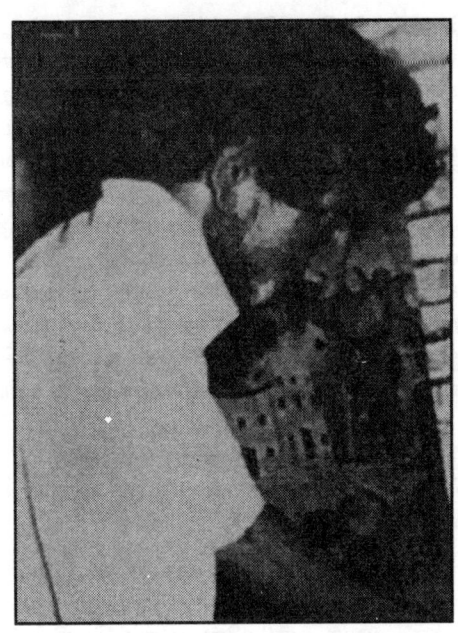

கே. ராமானுஜம்
மிருகத்தின் வாயினுள் ஓய்வெடுக்கும் விந்தைக் கலைஞன்

விந்தைப் புனைவுலக மேதை. கட்டுக்கடங்கா உத்வேகத்தோடு படைக்கப்பட்ட இவருடைய தைல, நீர்வண்ண, மெல்லிய கோட்டிலான படைப்புகள் தனித்துவமானவை; பிரத்யேகமானவை. அவை, உள்ளார்ந்த உலகின் வெளிப்பாடுகள். மிக மோசமாக அலைக்கழிக்கப்பட்ட, உளைச்சலுக்குள்ளான ஒரு கலை மனம், தனக்கென்று ஒரு உலகை உருவாக்கிக்கொண்டு அதில் குதூகலித்திருக்க விழைந்த தகிப்பிலிருந்து பிறந்தவை. எனினும், மன உளைச்சலின் அழுத்தத்தில், மிகுந்த வேதனையில் தன் 32ஆவது வயதில் தற்கொலை செய்துகொண்டு விட்டார் ர்ராமானுஜம்.

சென்னை திருவல்லிக்கேணியில் 1941ஆம் ஆண்டு அய்யங்கார் குடும்பத்தில் பிறந்து வளர்ந்த ராமானுஜம் பள்ளிப்படிப்பை முடிக்காதவர். 7 அல்லது 8ஆம் வகுப்பு வரைதான் படித்திருக்கிறார். அதேசமயம் ஓவியத்தில் சுயமான ஒரு வெளிப்பாட்டுத் திறன் அவரிடம் இருந்திருக்கிறது. அவரிடம் மிகுந்த அனுசரணை காட்டிய அவருடைய அப்பா 1960ஆம் ஆண்டு, 18ஆவது வயதில் சென்னை ஓவியக் கல்லூரியில் அவரைச் சேர்த்திருக்கிறார். வெளியுலகோடு சகஜமான உறவு கொள்வதற்குப் போதுமான மன முதிர்ச்சி இல்லாதவராகவே ராமானுஜம் எப்போதும் இருந்திருக்கிறார். 'அரைக் கிறுக்கு' என்ற படிமம் அவரைக் கடைசி வரை சூழ்ந்து கிண்டலுக்கும் கேலிக்கும் உள்ளாக்கியிருக்கிறது. தன் இருப்பில் பெருமிதம் கொள்வதற்கான ஒரே வழியாகக் கலை வெளிதான் அவருக்கு இருந்திருக்கிறது. சக ஓவிய நண்பர்கள் அவ்வப்போது கேலி செய்து குதூகலித்தபோதிலும், அவருடைய படைப்பு வெறியும் திறனும் அவர்மீது பிரமிப்பும் நட்பும் கொள்ள வைத்திருக்கிறது.

சென்னை ஓவியக் கல்லூரியில் ராமானுஜம் படிப்பைத் தொடர்ந்து கொண்டிருந்த தருணத்தில் அவருடைய தந்தை இறந்துவிட்டார். அவர் வாழ்வின் மிகப் பெரிய இழப்பு இது. அவருடைய சகோதரர்களும் அம்மாவும் அவருக்கு அனுசரணையாக இருக்கவில்லை என்று தெரிகிறது. அவருடைய புகைப் பழக்கமும் அசைவ உணவுப்பழக்கமும் ஆசார அய்யங்கார் குடும்பத்தினரால் சகித்துக்கொள்ள முடியாமல்போய் அவர்மீது வெறுப்பு கொள்ள வைத்திருக்கிறது. அவருடைய சகோதரர்கள் அவரை அடித்து வதைத்திருக்கின்றனர். இதனைத் தொடர்ந்து ராமானுஜம் ஓவியக் கல்லூரி வளாகத்திலும், சோழ மண்டல வளாகத்திலும், நடைபாதைகளிலும், கல்லூரிக்கு அருகிலுள்ள சர்ச்சின் முன்பகுதியிலுள்ள பூங்காவிலும் தன் பொழுதைக் கழித்திருக்கிறார். இவ்விடங்களிலும் அவரைச் சுற்றிக் கேலியும் கிண்டலும் சூழந்திருந்த போதிலும் படைப்புலகில் தஞ்சம் புகுந்து எக்களிப்பு கொள்ள இவை இணக்கமான இடங்களாக இருந்திருக்கின்றன. கேலி, கிண்டலைக் கடந்த அனுசரணையும் ஓவிய நண்பர்களிடமிருந்து கிடைத்திருக்கிறது. சித்திரங்கள் வரைவதற்கென்று பொருள்கள் வாங்க இயலாத பொருளாதார நெருக்கடியிலேயே அவர் பெரும்பாலும் இருந்திருக்கிறார். கல்லூரியில் சக மாணவர்களிடம் 5 ரூபாய்க்கு தன் சித்திரங்களை விற்று நாட்களை நகர்த்தியிருக்கிறார். கிடைக்கும் தாள்களின் வெற்றிடங்களிலெல்லாம் சித்திரம் வரைந்திருக்கிறார். 1964ஆம் ஆண்டு கல்லூரிப் படிப்பை முடித்தார்.

ராமானுஜத்தின் தோற்றப் பொலிவு சித்திரக்காரர்களுக்கு உருவப்படம் வரைவதற்கான உத்வேகமூட்டக் கூடியது. ஆதிமூலம் பலமுறை கல்லூரி வளாகத்திலும் சோழ மண்டலத்திலும் அவரை மாடலாக இருக்கச் செய்து உருவப்படங்கள் வரைந்திருக்கிறார். ஆதிமூலம் ஓவியக் கல்லூரியில் ராமானுஜத்துக்கு 2 வருடம் ஜூனியர் என்றபோதும் வயதில் சில வருடங்கள் மூத்தவர். அவ்வப்போது வரைவதற்கான பொருள்களும் வசதியும் ராமானுஜத்துக்குச் செய்துகொடுத்திருக்கிறார்.

சென்னை ஓவியக் கல்லூரியில் டிப்ளமோ படித்துக் கொண்டிருக்கும் போதே இரண்டாண்டுகள் (1962–64) தேசியக் கல்வியாளர் (National Scholar) எனும் அந்தஸ்தும் அதற்கான உதவித் தொகையும் கிடைத்தது. 1965இல் லண்டனில் நடைபெற்ற குடியரசு நாடுகள் கலைக்கண்காட்சி, 1972இல் புதுடில்லியிலும் 73இல் பூனாவிலும் நடைபெற்ற சோழமண்டலப் படைப்பாளிகள் கண்காட்சி, 1972இல் சென்னையிலும் பம்பாயிலும் நடைபெற்ற தற்கால மினியேச்சர் கண்காட்சிகளில் இவருடைய படைப்புகள் இவர் வாழ்ந்த காலத்தில் இடம்பெற்றன. இவர் மறைவுக்குப் பின், நியூயார்க்கில் 1986ஆம் ஆண்டில் நடைபெற்ற இந்திய விழாவின்போது அமைந்த கண்காட்சியில் இவருடைய ஓவியங்கள் இடம்பெற்றன. சென்னை ஐந்து நட்சத்திர கன்னிமாரா ஹோட்டலில் இவர் மிகப் பெரிய மியூரலை வடிவமைத்திருக்கிறார். 1965ஆம் ஆண்டு தமிழ்நாடு லலித் கலா அகாதமி விருது பெற்றார்.

அப்போது கல்லூரி முதல்வராக இருந்த கே.சி.எஸ். பணிக்கரின் அரவணைப்பும் ஆதரவும் இவருக்குப் பெரிதும் உதவியிருக்கின்றன. ராமானுஜத்தின் கலைத்திறன்மீது பணிக்கர் அபார நம்பிக்கை கொண்டிருந்திருக்கிறார். விந்தைக் கலைத்தன்மையிலான இவருடைய ஓவியங்கள் பலவற்றுக்கும், ராமானுஜம் தமிழில் சொல்ல பணிக்கர்தான் ஆங்கிலத்தில் தலைப்பு வைத்திருக்கிறார். கவித்துவ வாக்கியங்களாக தலைப்புகள் அமைந்திருக்கும். உதாரணத்திற்கு சில:

> "அவளுடைய புகழுக்காக நான் பிரமாண்டமான மாளிகைகள் கட்டினேன்; அவற்றின் மாடங்களிலிருந்து பூமியின் திராட்சைக் கொடிகள் வளர்ந்து வானத்தை எட்டுகின்றன."
>
> "மிருகத்தின் வாயினுள் ஓய்வெடுத்துக்கொண்டிருக்கிறேன்."
>
> "காலம் உறைந்துவிட்டது; எங்கள் காதலால் அது நிரம்பி யிருக்கிறது; தாமரையைப் போன்ற ஒரு மிருதுவான கை

ஆதாரமாக இருந்து என்னை நட்சத்திரங்களுக்கு நடுவில் உயர்த்துகிறது."

"நான் அவளுடைய உள்ளங்கையில் ஓய்வெடுத்துக்கொண்டிருக்கிறேன்; கொடிகள் படர்ந்து புகலிடமளிக்கின்றன."

பெண்துணை மீதான இயல்பான ஏக்கம் காரணமாகத் திருமணம் செய்ய விழைந்து ஒருமுறை 'தினத்தந்தி'யில் மணமகள் தேவையென விளம்பரம் செய்திருக்கிறார். ஆசை ஈடேறவில்லை. தீராத் தவிப்புகளிலிருந்தும் உளைச்சல்களிலிருந்தும் விடைபெற்றுக் கொள்ளும் வகையில் 1973ஆம் ஆண்டு ஜூன் 4ஆம் தேதி, சோழ மண்டலத்தில் விஷமருந்து குடித்து தற்கொலை செய்துகொண்டார்.

ராமானுஜத்தின் படைப்புகள்மீது என் கவனம் பதிந்தது சில ஆண்டுகளுக்கு முன்புதான். 1995 இறுதி அல்லது 96ஆம் ஆண்டின் தொடக்கத்தில் சென்னை அலெயென்ஸ் ஃபிரான்சைஸில் நடைபெற்ற டக்ளஸின் கண்காட்சி என்னைப் பெரிதும் ஈர்த்தது. தமிழகச் சூழலில் இன்றைய மிக முக்கியமான ஓவியக் கலைஞன் டக்ளஸ்தான் என்ற மனப்பதிவு அப்போது ஏற்பட்டது. புதிர்ப் பிரதேசமும் கருத்துலகமும் முயங்கிய புனைவுலகம் டக்ளஸினுடையது. இதனைத் தொடர்ந்து டக்ளஸ் பற்றி அறியும் ஆர்வம் மேலிட்டது. ராமானுஜத்தின் பாதிப்பால் உருவாகிப் பின் தனித்துவமான ஆளுமை பெற்றவர் டக்ளஸ் என்பது தெரியவந்தது. இதற்கிடையே ராமானுஜத்தின் ஓரிரு ஓவியங்கள் பார்க்கக் கிடைத்தன. ராமானுஜத்தின் விந்தைப் புனைவுலகும், டக்ளஸின் புதிர்ப் புனைவுலகும் ஒருலகின் இருவேறு சாளரங்கள் என உணர முடிந்தது.

ஒரு சந்திப்பின்போது டக்ளஸ், ராமானுஜத்தின் சில ஓவியங்கள் இடம்பெற்ற ஒரு புத்தகத்தைக் கொடுத்ததோடு, ராமானுஜத்தின் புகைப்படமும் தந்தார். அப்போது டக்ளஸ், "ராமானுஜத்தைத் தெரியப்படுத்துங்கள். அறியப்பட வேண்டிய மேதை அவர்தான்" என்றார். இதனையடுத்தே ராமானுஜம்மீதான ஆர்வம் என்னுள் கிளர்ந்தது.

ராமானுஜம் பற்றி நவீன கலை விமர்சகர்களில் மிக முக்கியமானவரான ஜோசப் ஜேம்ஸ் தொடர்ந்து கூறி வந்திருக்கிறார். டக்ளஸின் ஓவியங்கள் அடங்கிய சிறு புத்தகத்துக்கு ஜோசப் ஜேம்ஸ் எழுதியிருக்கும் முன்னுரையிலிருந்து ஒரு சிறு பகுதியைத் தருவது ராமானுஜத்துக்கும் டக்ளஸுக்கும் இடையேயான

கலை உறவையும் ராமானுஜத்தின் ஓவியப் பார்வையையும் புரிந்துகொள்ள உதவும்.

> "ராமானுஜம் மிக விநோதமானவர் மட்டுமல்ல; கருத்துப் பரிமாற்றத்துக்கு வசப்படாத மனிதரும்கூட. அவர்மீது மிகுந்த மதிப்பும் ஆர்வமும் கொண்டு அவரை மிகவும் நெருங்கியிருக்கும் ஒருவரால்கூட அவர் மனம் எப்படிச் செயல்படுகிறது என்பதுபற்றி எதுவுமே அறிய முடியாது. ஆனால், டக்ளஸைப் பொறுத்த வரை, சற்றே பிசகிய மனநிலையோடும், விந்தையான ஸ்திதியோடும் வரையக்கூடிய ஒரு அபூர்வ சக்தியாக, அவர் எதிர்பார்த்திருந்த ஒருவராக ராமானுஜம் தெரிந்தார். டக்ளஸ் மாணவனாக இருந்தபோது வரைந்த ஓவியங்களைப் பார்க்கும்போது ராமானுஜத்தின் நுட்பமான வேலைப்பாடுகளை அவர் எவ்வளவு நெருக்கமாக அவதானித்திருக்கிறார் என்பது தெரியவரும். கோட்டை இயக்கும் விதம் மூலமாகவும், வெகு நுட்பமாக நெருக்கும் விதம் மூலமாகவும் ராமானுஜம் வடிவமைக்கும் தன்மை மிகத் தீவிரமான கிராஃபிக் பாணியிலானது. ராமானுஜத்தின் மேதமையை வெளிப்படுத்தும் அம்சமிது. இதைத்தான் டக்ளஸ் வசப்படுத்த முயற்சித்தார்."

ராமானுஜத்தின் புனைவை அவரின் தனிப்பட்ட புராணங்கள் (private mythology) என்று கருதலாம். இப்புனைவுலகில், வெங்காய மாடங்களும், கருடச் சிறகுகளுடனான உருவங்களும் கொண்ட ஒரு சிறிய நகரில், குள்ள உருவத்தோடும் தலையில் தொப்பியோடும் தேரில் பவனி வருபவராகத் தன்னை வெளிப் படுத்திக் கொள்கிறார் ராமானுஜம்.

தன்னுடைய எல்லாச் சித்திரங்களிலும் ராமானுஜம் தன்னை ஒரு பாத்திரமாக்கி இருக்கிறார். எல்லா ஓவியங்களிலும் தொப்பி அணிந்து, அவர் படைக்கும் விந்தை உலகில் ஒரு பாத்திரமாக வாழ்ந்து கொண்டிருக்கிறார்.

இந்தி, தமிழ்த் திரைப்படக் கனவுக் காட்சிகளும், மாயாஜாலத் திரைப்படங்களும் இவரை வெகுவாக ஆகர்சித்திருக்கின்றன. எனினும், பித்துநிலையில் இவர் உருவாக்கிய மாயாஜாலக் கற்பனைகள் அபூர்வமான ஓவியத் தன்மையோடு புனைவுக் கோலங்கள் கொண்டிருக்கின்றன.

ஓவியங்களுக்கு அறிமுகமற்ற கண்களைக்கூட தம்வசம் ஈர்க்கக்கூடிய கவித்துவமான விநோத பிராந்தியம் இவருடையது.

கற்பனையின் அற்புதமும், விந்தைப் புனைவின் அழகும், அபார மான கலைநுட்பத் திறனும் ஓவிய வெளியில் முயங்கியிருப்பதால் படைப்புகள் பெற்றிருக்கும் வசீகரமிது.

அவருடைய முடிவடையாத கடைசி ஓவியத்தில் அவர் தன் படைப்பின் திசையை மாற்ற விழைந்திருக்கிறார் என்பதை அறிய முடிகிறது. அவ்வோவியத்தில் ஒரு நாயின் உடலில் தன் தலையைப் பொருத்தியிருக்கிறார்.

இவருடைய சித்திரங்களைப் பற்றிக் குறிப்பிடும் ஜோசப் ஜேம்ஸ், "மிக நெருக்கமாக இழையூட்டப்பட்ட ராமானுஜத்தின் படைப்புகள் ஒரு விசேஷ வெட்டவெளி அமைப்பைக் கொண்டி ருக்கின்றன. எவ்விதக் கட்டமைப்போ, சட்டகமோ இல்லாதது அது. அதன் கூறுகள், மகாபலிபுரத்தின் பிரசித்திபெற்ற 'அர்ச்சுனன் தபஸ்' சுதைச் சிற்பத்தில் அற்புதமாக உருவாகியிருப்பதைப் போன்று, எல்லைகளற்ற வெளியில் அமைகின்றன" என்கிறார்.

வாழ்க்கை ஒரு கொடூர மிருகத்தைப் போல அவரைக் குதறிக் கொண்டிருக்க, தன் படைப்பில் அவர் மிருகத்தின் வாயினுள் தலைக்கு ஒரு திண்டும் காலுக்கு ஒரு திண்டுமாக மெத்தையில் படுத்தபடி, நடனமாடும் காதலியின் ஒரு கையைத் தன் ஒரு கையில் கோத்தபடி உல்லாசமாக வாழ்ந்திருக்கிறார்.

நம் காலத்தின் பெருமைக்குரிய கலைஞன் ராமானுஜம். நம் கலை உலகம் அவரைப் புறக்கணித்திருக்கும் விதம் அவமானப் படத்தக்கது. நம் பெருமைகளை நாம் போற்றிக் கொண்டாடக் கற்றுக்கொள்ள வேண்டும்.

(தீராநதி, ஆகஸ்ட் 2004)

ஆதிமூலம்
கோடுகளின் மகத்துவமும் வண்ணங்களின் விந்தையும்

இந்திய ஓவியப் பரப்பில் பெரிதும் அறியப்பட்ட தமிழக ஓவியர், கே.எம்.ஆதிமூலம். அதேசமயம் தமிழ்ச் சிறுபத்திரிகைச் சூழலிலும், ஜனரஞ்சகப் பத்திரிகை உலகிலும், தமிழ்ப் படைப்பாளிகள் மத்தியிலும், பதிப்புத் துறையிலும் வெகுவாகத் தன்னைப் பிணைத்துக் கொண்டு தன் தொடர்ந்த பங்களிப்புகள் மூலம் நவீன தமிழ் இலக்கிய உலகில் ஓர் அங்கமாக இருந்துகொண்டிருப்பவர் இவர்.

40 ஆண்டு காலத் தீவிர கலைப் பயணத்தின் மூலம் இவர் அடைந்திருக்கும் இடம் நாம் மிகவும் பெருமைப்படக் கூடிய ஒன்று. தன்னைச் சரண் செய்து அவர் மேற்கொண்ட நெடிய பயணம்,

வெகு பலமான பயிற்சித்தளத்திலிருந்து தொடங்கியது. 1960ஆம் ஆண்டு சென்னை ஓவியக் கல்லூரியில் சேர்ந்ததைத் தொடர்ந்து, கிட்டத்தட்ட 15 ஆண்டுகள் வரைகலைப் படைப்புகளிலும் (drawings), அறிதல் பயிற்சிகளிலுமே (studies) இவர் தன்னை முழு முற்றாக அர்ப்பணித்துக் கொண்டு கடும் தவமென உழைத்தார். அன்றைய சூழலிலும்கூட சரியான அடித்தளமின்றி, நேரடியாக வண்ண ஓவியப் படைப்புகளை உருவாக்கவே பலரும் முனைந்தனர். இத்தகைய பதற்றத்துக்கு ஆதிமூலம் ஆளானதில்லை. இந்த தீர்க்கமான கலை மனோபாவம்தான் இவரை வெகுவாக முன்னெடுத்து வந்திருக்கிறது.

இன்றோ, இளம் ஓவியர்களிடமும், மாணவர்களிடமும் தேர்ந்த செம்மையான பயிற்சித்திறனிலிருந்து கலை ஆளுமையின் முதுகெலும்பாக உருவாகும் வலுவான அடித்தளத்தின் அருமை உணரப்படாத நிலையே பெரிதும் காணப்படுகிறது. கலைச் சந்தையின் நிலவரங்களுக்கும், நிலவும் வெற்றிகரமான போக்குகளுக்கும் எளிதில் வசப்பட்டு அவசர அவசரமாக அவற்றில் இறங்கிச் சரிந்து கொண்டிருக்கிறார்கள். இச்சூழலில் ஆதிமூலத்தின் அர்ப்பணிப்பும், கலை நேர்மையும், கலை ஆளுமையும் ஆதர்சமாக உணரப்பட வேண்டியவை.

1938ஆம் ஆண்டு ஜூலை மாதம் திருச்சிக்கு அருகிலுள்ள கீரம்பூர் என்ற கிராமத்தில் சாதாரண விவசாயக் குடும்பத்தில் பிறந்தவர். பள்ளிப் பருவத்திலேயே வரைதிறன் கொண்டிருந்த ஆதிமூலம், பள்ளிப்படிப்பு முடிந்ததும் ஓவியத்தைத் தொழிலாகக் கொள்ளும் முகாந்திரத்தோடு சென்னை வந்தார். அச்சமயம் சென்னை ஓவியக் கல்லூரியில் சிற்பத் துறை ஆசிரியராக இருந்த, பின்னாளில் அக்கல்லூரியின் முதல்வரான தனபாலிடம் ஏற்பட்ட தொடர்பு, இவர் வாழ்வின் திசையை வடிவமைத்த முக்கிய நிகழ்வு. அவரிடம் தனிப்பயிற்சி பெற்ற ஆதிமூலம், தனபாலின் வழிகாட்டுதலின்படி 1960ஆம் ஆண்டு சென்னை ஓவியக் கல்லூரியில் மாணவராகச் சேர்ந்தார்.

கல்லூரிப்பருவ ஆறு ஆண்டுகள் (1960–66) கடும் உழைப்பாலும், தீவிரமான பயிற்சியாலும் தன்னை ஆளாக்கிக் கொண்ட காலம். பணிக்கர் முதல்வராக இருந்த காலமது. எனினும் அப்போது ஆசிரியர்களாக இருந்த எஸ். தனபால், ஏ.பி. சந்தானராஜ், எல். முனுசாமி ஆகியோரே இவரை வெகுவாகப் பாதித்தவர்கள். கோடுகளைத் தனித்துவத்தோடும், தீர்க்கமாகவும்,

தீட்சண்யத்தோடும் அவர்கள் இயக்கிய விதமே இவரைப் பெரிதும் ஈர்த்தது. அதிலும் குறிப்பாக, எல்.முனுசாமியின் ஆற்றல்மிக்க, அதேசமயம் அலைக்கழிப்புகளுக்கும் தொல்லைகளுக்கும் உள்ளான மனதின் வெளிப்பாடாக அமைந்த நவீனத்துவக் கீறல்கள் ஆதிமூலத்தை வெகுவாக ஆகர்சித்தன. உள்ளார்ந்த தகிப்பின் உக்கிர வெளிப்பாடுகளாக அமைந்த எல். முனுசாமியின் கோடுகளின் பாதிப்புகளை ஏற்று ஆதிமூலம் விகாசம் பெறத் தொடங்கினார்.

கிராம தெய்வங்களின் வடிவமைப்புகள், சுடுமண் சிற்பங்கள், நாட்டுப்புற வரைகலை மரபு மற்றும் பழங்குடியினர் கலை மரபு களில் வெளிப்படும் கோடுகளின் அறிதல்களிலிருந்தே இவர் தனதான கோட்டினை சுவீகரித்திருக்கிறார். மேலும், கல்வெட்டு களிலும் ஓலைச்சுவடிகளிலும் அமைந்திருக்கும் வரிவடிவ பாணியிலிருந்தும் இவர் கோட்டு மொழியின் அருமையை உணர்ந்திருக்கிறார். இச்சமயத்தில் இவர் தமிழுக்கு உருவாக்கித் தந்த எழுத்து வடிவம் பற்றிக் குறிப்பிட வேண்டும். இவர் உருவாக்கிய எழுத்து பாணி 70களின் ஆரம்பத்திலிருந்து இன்று வரை தமிழகமெங்கும் பரவலான வீச்சு பெற்றிருக்கிறது. சிறுபத்திரிகை களின் பெயர்கள், புத்தகத் தலைப்புகள் என இவர் பாணி எழுத்து தீவிர முயற்சிகளுக்கான ஓர் அடையாளமாக இருந்து வந்திருக்கிறது. இதைப் பலரும் வரித்துக் கொண்டதையடுத்து இன்று ‘ஆய்த எழுத்து’ திரைப்படத்தின் பெயர் இவர் உருவாக்கித் தந்த எழுத்துபாணியில் அமைந்திருப்பதைப் பார்க்கமுடிகிறது. எழுத்தின் வரிவடிவத்தை ஓர் ஓவிய அனுபவமாக்கியவர் ஆதிமூலம்.

தன் ஓவிய வாழ்வின் முதல் 15 ஆண்டுகளில் வரைகலைப் படைப்புகளில் (drawings) மட்டுமே தன் முழுக் கவனத்தையும் குவித்தார். அதன் விளைவாக, கோடு, கலைமொழியின் ஆத்மாவாக இவரிடம் சலனம் கொண்டது. இக்காலகட்டத்தில் உருவான இவருடைய கோட்டோவியங்களின் பொருள்கள் மிகவும் பரந்து பட்டவை. இயற்கை, தெருக்காட்சிகள், மனிதர்கள், விலங்குகள், சரித்திரச் சான்றுகள், வரலாற்றுப் படிமங்கள், புராணக் கருக்கள், நாட்டுப்புற வழக்காறுகள் என விரிந்து செழித்த பயணமிது. இக்காலகட்டத்தில் இவர் உருவாக்கிய ‘காந்தி வரிசை’ மிக அபாரமானது. காந்தியின் எளிமையும் லட்சியமும் வசீகரமும் ஆத்மாவும் உள்ளுறைந்த படைப்புகள் இவை. ‘மகாராஜா’ வரிசையில் வெளிப்படும் எள்ளல் தனித்துவமிக்க சமூகப் பார்வை கொண்ட படைப்பாளியாகவும் இவரை அடையாளம் காட்டுகிறது.

1962–96 வரையான காலத்தில் ஆதிமூலம் படைத்திருக்கும் கோட்டோவியங்களின் தொகுப்பு '....between the lines...' என்ற தலைப்பில் வெளிவந்திருக்கிறது. 200க்கும் மேற்பட்ட கோட்டோவியங்கள் அடங்கியிருக்கும் இத்தொகுப்பு இவருடைய கலை மேதமைக்கான சான்று.

ஆதிமூலத்தின் கோட்டோவியங்கள் இரு வகைப்பட்ட வெளியீட்டு பாணிகளில் வடிவமைந்திருக்கின்றன. கோடுகளின் சுதந்திரமான சரளமான பயணத்தில் ஓர் ஒத்திசைவான லயத்தில் உருவாகியிருக்கும் படைப்புகள் ஒருவகை. மற்றொன்று, துண்டுபட்ட சிறு சிறு கோடுகளும் அவற்றுக்கிடையேயான வெளியுமாக அமைந்திருக்கும் படைப்புகள். இவற்றில் கோடுகள் தாம் துண்டுபட்டிருக்குமே தவிர படைப்பின் தொடரியக்கம் அறுபடுவதில்லை. கோடுகளுக்கிடையேயான வெளிகளில் முழுமையின் தொடர்ச்சியான சலனம் இருந்துகொண்டிருக்கிறது. இத்தன்மையான படைப்புகள் ஓர் அதிர்வியக்கத்தோடு வெளிப்பட்டிருக்கின்றன. ஆதிமூலத்தின் கலைமொழியாக வெளிப்படும் கோடுகள் மகத்துவமானவை.

கடந்த பல ஆண்டுகளாக ஆதிமூலம் அரூப வெளிப்பாடுகளில், வண்ணங்களின் ஒத்திசைவில் கூடிவரும் இசைமையை வசப்படுத்தும் படைப்பாக்கங்களில் முனைப்புடன் ஈடுபட்டு வருகிறார். அலாதியான மாயாலோகத்தை இவருடைய கித்தான்கள் வண்ணங்களின் அடுக்குகளில் வசப்படுத்திக் கொண்டிருக்கின்றன. ஆனால் தன் கலைவாழ்வின் ஆரம்பத்தில் பல ஆண்டுகள் ஆதிமூலம் வண்ணத்தைக் கையாள்வதில் மிகுந்த தயக்கம் காட்டியிருக்கிறார். வண்ண வெளிப்பாட்டில் பல சங்கடங்களையும் உணர்ந்திருக்கிறார். கறுப்பு வெள்ளையிலான வரைகலைப் படைப்புகளில்தான் தன் உணர்வுகளை வெகு இயல்பாக அவரால் அப்போது வெளிப்படுத்த முடிந்திருக்கிறது.

70களின் மத்தியில் வான்வெளி வரிசை (Space Series) படைப்புகளைக் கறுப்பு வெள்ளையில் இவர் உருவாக்கினார். கிட்டத்தட்ட 5 ஆண்டுகள் இவ்வரிசைப் படைப்புகளைப் பல்வேறான வெளியீட்டு ரீதிகளில் இவர் படைத்துக் கொண்டிருந்தார். வான்வெளிப் புலத்தில் நகரும் வடிவங்கள், மிதக்கும் வடிவங்கள், நிலைபெற்றிருக்கும் வடிவங்கள் என ஒரு விந்தை உலகம் விரிந்த கோலங்களில் வெளிப்பட்டுக் கொண்டிருந்தது. அதன் தொடர்ச்சியாக, அவ்வுலகத்தை வண்ணங்களில்

வடிவமைக்கும் முயற்சிகளைத் தொடங்கினார். வண்ணங்கள் அவர் ஆளுகைக்கு வசப்படலாயின.

மெல்ல மெல்ல அண்ட வெளியில் இடம்பெற்ற நகரும், மிதக்கும் வடிவங்கள் விலகி 'வெளி'யே முழுமையான மெய்மை யாகப் படைப்பாகின. இயற்கையின் முழுமையை அகப்படுத்தும், இந்தியத்தன்மையிலான அரூப வெளிப்பாடுகளாக இவர் படைப்புகள் இன்று எழுச்சி பெற்றிருக்கின்றன. "இயற்கையின் பூரணத்துவத்தை, அதன் எந்த ஒரு அம்சத்தையும் பிரதானப் படுத்தாமல், வண்ணங்களின் மூலம் வசப்படுத்தவே விழைகிறேன்" என்கிறார் ஆதிமூலம்.

வடிவம் – வெளி – அடுக்கடுக்கான இழைவுகள் – லயம் என அமையும் ஓர் ஒத்திசைவான கலைப் பயணத்தை இவர் தொடர்ந்து கொண்டிருக்கிறார். இயற்கையினூடாக அவர் மனம் கொள்ளும் பிரத்தியேகப் பயணமிது. யதார்த்தமான நிலவெளிக் காட்சிகளையோ, வான்வெளிக் காட்சிகளையோ, கடல்வெளிக் காட்சிகளையோ பதிவு செய்யும் முயற்சியாக உருவாவதில்லை இவர் கலை. மாறாக அவரே சொல்வது போல், இயற்கையில் பொதிந்திருக்கும் ரகசிய நறுமணத்தை வண்ண அடுக்குகளின் மூலம் அகப்படுத்தும் முயற்சியாகவே இவர் படைப்புகள் உயிர்பெறுகின்றன. வண்ணங்களின் விந்தையில் இந்த மாயம் நிகழ்ந்தேறுகிறது. நம்முடைய ஒரு பெருமிதம், கே.எம். ஆதிமூலம்.

(தீராநதி, ஜூலை 2004)

தட்சிணாமூர்த்தி

கல்வெளிக் கலைப் பயணம்

சென்னைக் கலைக் கல்லூரியின் செராமிக் பிரிவு வளாகத்தின் முன்பும், அருகாகவும், தட்சிணாமூர்த்தியின் கல் சிற்பங்கள் அவருடைய அயரா உழைப்புக்கும் தனித்துவமிக்க கலைப் பார்வைக்கும் வெளியீட்டுத் திறனுக்கும் சாட்சிகளாக இருந்து கொண்டிருக்கின்றன. தட்சிணாமூர்த்தியைப் போன்ற உத்வேக மிக்க ஒரு கடின உழைப்பாளியைக் காண்பது வெகு அபூர்வம். ஒன்றரை ஆண்டுகளுக்கு முன்பு கல்லூரியின் ஆசிரியப் பணியிலிருந்து ஓய்வு பெற்றபின், உடனடியாக லலித் கலா அகாதெமியில் 'கல் அடிக்க'த் தொடங்கியதையடுத்து இன்று அங்கும் இவருடைய சிற்பங்கள் கம்பீரமாக நின்று கொண்டிருக்கின்றன. அவருடைய அகமொழியின் எக்களிப்புகளிலிருந்து பிறக்கும் அவருடைய

படைப்புகள் எவ்வளவு அலாதியானவையோ, அவ்வளவு அலாதியானது அவருடைய உடல்மொழி. சதா துள்ளலோடும், உற்சாகத் தோடும் வெளிப்படும் மொழி அது.

1943ஆம் ஆண்டு, வட ஆற்காடு டாக்டர் அம்பேத்கர் மாவட்டத்தைச் சார்ந்த குடியாத்தத்தில் ஒரு சாதாரணக் குடும்பத்தில் பிறந்தார். நெசவுத் தொழில் சார்ந்தியங்கும் ஊர் அது. அவ்வூர் முனிசிபல் உயர்நிலைப்பள்ளியில் படித்த தட்சிணாமூர்த்தி சிறு வயதில் ஓவியம் வரைவதில் மட்டுமே நாட்டம் கொண்டிருந்தார். பள்ளிக்குச் செல்லும் வழியில் ஒரு குடிசையின் முகப்பில் குயவர் ஒருவர் சக்கரத்தைச் சுழற்றி வனையும் உருவங்களைப் பார்த்தபடி இருந்திருக்கிறார். குயவருடன் உறவாடி களிமண்ணில் சிறு சிறு உருவங்களைச் செய்து பார்த்திருக்கிறார். 9ஆம் வகுப்பில் ஓவியம் ஒரு தேர்வுப் பாடமாக அமைந்ததிலிருந்து ஓவியம் இவருக்குப் பித்தாக மாறிவிட்டிருக்கிறது. இவருடைய ஆர்வமறிந்த பள்ளி ஓவிய ஆசிரியரின் வழிகாட்டுதலில் பள்ளிப் படிப்பை முடித்த கையோடு 1960ஆம் ஆண்டு ஜூலை மாதம், சென்னை கலைக் கல்லூரியில் மாணவனாகச் சேர்ந்தார்.

கே.சி.எஸ். பணிக்கர் தலைமையில் சென்னை கலைக் கல்லூரி நவீன முகம் பெற்று எழுச்சியுடன் இயங்கிய காலமது. ஆறு ஆண்டு காலப் படிப்பின்போது ஆசிரியர்களான தனபால், அந்தோணிதாஸ், எச்.வி. ராம்கோபால், எஸ். முருகேசன் ஆகியோரிடமிருந்தும், மூத்த மாணவரும் கோட்டையும் வண்ணத்தையும் மாயமாய் உயிர் கொள்ளச் செய்பவருமான சந்தானராஜிடமிருந்தும் வெகுவாகக் கற்றுக் கொண்டிருக்கிறார்.

ஓவியம், சிற்பம், அச்சேற்றக் கலை என இவர் கலை ஊடகங்களில் தொடர்ந்து தீராத விளையாட்டைத் தீவிரத்துடன் மேற்கொண்டவர்.

சுடுமண், உலோகம் போன்ற ஊடகங்களில் தன் படைப் பாக்கங்களை உருவாக்கிய தட்சிணாமூர்த்தி கடந்த 10 வருடங் களாகக் கல்லிலேயே தன் உருவங்களைப் படைத்துக் கொண்டி ருக்கிறார். கல் அவரை வெகுவாக ஈர்க்கிறது. சுடுமண், உலோகம் போன்ற ஊடகங்களில் வெளிப்பாடு பூரணத்துவம் அடைய பல படிநிலைகள் தேவைப்படுகின்றன. காத்திருக்க வேண்டும். இயல்பிலேயே பரபரப்பும் வேகமும் கொண்ட இவருக்கு இவை அவ்வளவாகப் பொருத்தமற்றவை. கல்லிலோ படைப்பு

உயிர்த்தெழுவதை உளியின் செதுக்கல்களிலிருந்து உடனடியாக உணர முடியும். அது தரும் பரவசமும் இவருடைய இயல்பும் இசைவு கொள்வதின் காரணமாக, கல் இவரைத் தொடர்ந்து ஆகர்சித்துக்கொண்டிருக்கிறது.

நம் ஊர்க் கோயில்களிலுள்ள சிறுதெய்வ உருவச் சிற்பங்களிலும் ஆப்பிரிக்கச் சிற்பங்களிலும் காணப்படும் மாயத் தன்மையிலிருந்தே வெளிப்பாட்டு ரீதியான உந்துதலைப் பெற்றிருக்கிறார்.

பொதுவாக, உருவச் சிற்பங்கள் மெருகு, நளினம் போன்ற வசீகரத் தன்மையினால் பார்வையாளனை ஈர்ப்பவை. தட்சிணா மூர்த்தி தன் உருவ வெளிப்பாடுகளில் இவற்றை பிரக்ஞை பூர்வமாகத் தவிர்க்கிறார். அவற்றுக்கு மாறாக, கல் அதன் இயற்கைத் தன்மையிலேயே கொண்டிருக்கும் கோடுகள், வளைவுகள், சுழிப்புகள், இழைவுகள் ஆகியவற்றோடு, உளி செதுக்கும் கீறல்களையும் தக்க வைத்துக்கொண்டு உடம்பின் இயக்கங்களை உயிர்ப்பிக்கிறார். கல்லின் கடினத் தன்மையில் கை வைக்காமல், கல்லின் சுயரூபம் தேயாமல் அதன் இயற்கை அழகுகளைத் தான் உருவாக்கும் உருவங்களோடு இசைவுறப் பொருத்திக் கொள்ளும் தன்மை இவருடைய சிறப்பு அடையாளமாக இருக்கிறது.

மற்றொரு தனித்துவமிக்க அடையாளம் இவருடைய சிற்பங்கள் ஓவியத்தன்மை கொண்டிருப்பது. அதாவது, கல்லில் செதுக்கப்பட்ட ஓவியங்களாகவே இவருடைய சிற்பங்கள் அமைகின்றன. தட்சிணாவின் நுட்பமான, புலனுணர்வு சார்ந்ததும் உணர்வுகளைத் தீண்டுவதுமான படைப்புகள் மிகவும் தனித்துவமானவை. "மரபையும் நவீனத்துவத்தையும் தன்னுடைய தனித்துவத்தால் இசைமைப்படுத்தியவர் தட்சிணாமூர்த்தி. மரபின் ஒழுங்கும் நவீனத்துவத்தின் சுதந்திரமும் கூடி முயங்கும் தன்மையில் விகாசிக்கும் சிற்பங்கள் இவருடையவை என்கிறார் ஓவியரும் கலை விமர்சகருமான ஏ.எஸ்.ராமன்.

இவருடைய ஓவியங்களாகட்டும், சிற்பங்களாகட்டும் அடிப்படையில் அவை உருவ வெளிப்பாடுகள். ஓவியத்தின் உயிர் இல்லாத சிற்பத்திற்கு அர்த்தமில்லை என்று கருதும் இவர், நம் நாட்டார் மரபுகள் மற்றும் இந்தியச் சிற்ப மரபுகளின் அழகும் உயிர்ப்பும் குறித்து பெருமித உணர்வு கொண்டவர். பேராற்றலின் எழுச்சி வடிவங்களாக அமையும் உருவ பாணியே நம் நாட்டார் மரபு. இக்கலை மரபின் நவீனத்துவமே இவருடைய சிற்பங்கள். ஒருமுறை அவர் சொன்னது: 'சிறு கிராமக் கோவில்களுக்கு ஒரு

உணர்ச்சியுண்டு – ஏதோ ஒன்று அங்கு வாழ்வது போல. தெற்கில் கலை, சமயம், வாழ்வு எல்லாமே பின்னிப் பிணைந்துள்ளன. அதைப் போன்ற ஒன்றில், கலை உயிரோட்டம் இல்லாமல் இருக்க முடியாது – சமயமும் அப்படித்தான். என் படைப்புகளில் இதைக் காணலாம். உயிரோட்டம் இல்லாத ஒன்றில், விஞ்ஞானமோ ஆன்மீகமோ இருக்கலாம்; ஆனால் அவை எனக்கு முக்கியமல்ல." இத்தகைய சிந்தனைப் போக்கிலிருந்தே இவர் சிற்பங்கள் உயிர் கொள்கின்றன.

இவருடைய பாறைச் சிற்பங்கள் பெரும்பாலும் பெண் உருவங்களே. பெண்களின் மெய்ப்பாடுகளும், உணர்ச்சி வெளிப்பாடுகளும் மிக அலாதியானவை. கூட்டமாகவோ, தனியாகவோ இவர் பெண்களை உணர்ச்சி பாவங்களுடன் வடிவமைக்கிறார். இன்றைய சமூக வாழ்வில் பெண்கள் எதிர்கொள்ளும் பாதுகாப்பற்ற தன்மையின் காரணமாக அவர்களுக்குள் விளையும் படபடப்புகள், ஏக்கங்கள், கவலைகள், பரிதவிப்புகளை இவருடைய பெண்கள் தாங்கிக்கொண்டிருக்கிறார்கள். உணர்ச்சி பாவங்களோடு அலங்காரங்களும் இவர் படைப்புகளில் உண்டு. இந்த அலங்காரங்கள் ஆதிஎளிமையோடு, பழங்குடிக் கலைமரபின் சாயைகளோடு இவரிடம் உருக்கொள்கின்றன.

நம் சமூக வாழ்விலிருந்து தட்சிணாமூர்த்தியிடம் உள்ளுறையும் பெண்கள், அவருடைய ஓயாத உளியிலிருந்து அலாதியான வடிவங்களோடும், உணர்ச்சி பாவங்களோடும் வெளிப்பட்டுக் கொண்டே இருக்கிறார்கள்.

(தீராநதி, மே 2004)

நிமாய் கோஷ்
கலைப் போராளி

இந்தியத் திரைப்படம், திரைப்பட இயக்கம், திரைப்படத் தொழிலாளர்கள் அமைப்பு ஆகியவற்றின் வரலாற்றில் ஒரு முன்னோடி சக்தியாகவும் ஆதர்சமாகவும் இயங்கியவர் நிமாய் கோஷ். இந்தியாவின் முதல் யதார்த்த பாணி வங்கத் திரைப்படமான 'சின்னமூல்' இவர் இயக்கத்தில் உருவானது. இநதியாவின் முதல் திரைப்பட இயக்கமான 'கல்கத்தா திரைப்பட இயக்கம்' தோன்றுவதற்காக முன்னின்று செயல்பட்டவர். தமிழ்த் திரையுலகப் பணியாளர்களுக்கென்று முதன் முதலாக சங்கம் உருவாக்கிப் போராடியவர். அவர் காலத்திலேயே அது பரந்து விரிவடைவதற்காகப் பாடுபட்டவர். இத்தகைய ஒரு திரையுலக அபூர்வ மனிதரின் 72 வயது கால வாழ்வின் சரிபாதி –

36 ஆண்டுகள் – சென்னையிலேயே அமைந்தது நம்முடைய பேறுகளில் ஒன்று.

1914ஆம் ஆண்டு மே மாதம் 17ஆம் தேதி கூக்லி மாவட்டக் கிராமமொன்றில் பிறந்த நிமாய், டாக்கா பல்கலைக்கழகத்தில் பௌதீகப் பேராசிரியராக இருந்த தாத்தாவுடன் தங்கியிருந்து மெட்ரிகுலேஷன் வரை படித்தார். சிறு வயதில் புகைப்படக் கலையில் இவருக்கு ஏற்பட்டுவிட்டிருந்த ஆர்வம் திரைப்பட சாதனத்தை நோக்கி இவரை நகர்த்தியது. இளம் வயதிலேயே, பார்த்த படங்கள் பற்றியும், காட்சிகள் படமாக்கப்பட்டிருக்கும் விதம் பற்றியும் குறிப்புகள் எழுதும் பழக்கம் இவருக்கு இருந்திருக்கிறது.

கல்கத்தாவில் உறவினரின் ரேடியோ கடையொன்றில் பெற்றாரின் விருப்பத்துக்கேற்ப சேர்ந்த நிமாய், அங்கு அவ்வப் போது வந்துகொண்டிருந்த 'சவுண்டு எஞ்சினியர்' சம்புசிங் என்பவரின் உதவியோடு 'அரோரா பிலிம்ஸ்' நிறுவனத்தில் ஒளிப்பதிவாளரின் உதவியாளராகச் சேர்ந்தார். இவருடைய சினிமா ஈடுபாடு பெற்றோருக்கு அப்போது அடியோடு பிடிக்கவில்லை. வீட்டாரின் உதாசீனத்துக்கு எதிர்ப்பு தெரிவிக்கும் முகாந்திரமாக, பெற்றோர் வைத்த தன் பெயரான விமல் இந்து என்பதை நிமாய் கோஷ் என்று மாற்றிக்கொண்டார். அரோரா ஃபிலிம்ஸில் இருந்தபோது எடுபிடி வேலைகளோடு, சுயமாக ஒளிப்பதிவுக் கலையின் நுட்பங்களில் தேர்ச்சி பெற்றிருக்கிறார். இந்தியாவின் முதல் இளம் ஒளிப்பதிவாளர் என்ற பெருமையைத் தன்னுடைய 19ஆவது வயதில் அடைந்திருக்கிறார்.

1940களின் இறுதியில் சுதந்திரமான ஒளிப்பதிவாளராகத் தன் வாழ்வை மேற்கொண்டார். இதற்கிடையே சில விளக்கப் படங்களுக்கு ஒளிப்பதிவாளராகவும் இயக்குநராகவும் இருந்திருக் கிறார். சிறந்த திரைப்பட ரசனையைப் பொதுமக்களிடையே உருவாக்கும் நோக்கத்துடன் சத்யஜித்ரே, விமர்சகர் சித்தானந்த தாஸ் குப்தா ஆகியோருடன் இணைந்து 'கல்கத்தா திரைப்பட இயக்கம்' உருவாக முன்னின்றார். இதுதான் இந்தியாவின் முதல் திரைப்பட இயக்கம். ரே அப்போது திரையுலகின் பக்கம் வந்திருக்கவில்லை; விளம்பர நிறுவனமொன்றில் அவர் பணிபுரிந்துகொண்டிருந்த சமயமது. இத்திரைப்பட இயக்கத்தை உருவாக்கிய அடிப்படை உறுப்பினர்களில் நிமாய் கோஷ் மட்டுமே திரையுலகப் பிரதிநிதி என்பது குறிப்பிடத்தகுந்தது.

இந்தியத் திரைப்பட வரலாற்றில் மிக முக்கியமான பதிவு என்று கருதத்தக்கதும், நிமாய் வாழ்வின் திசை மாற்றத்தை வடிவமைத்ததுமான 'சின்னமூல்' அவருடைய திரைக்கதை, ஒளிப்பதிவு, இயக்கத்தில் உருப்பெறுகிறது. 1948–49களில் தொடங்கப்பட்டு 1950இல் படம் நிறைவுற்றது. ஆனால் இப்படம் திரையிடப்பட முடியாத சூழலே அன்று நிலவியது. "இந்திய சினிமாவில் யதார்த்த பாணியின் வரலாறு என்று பார்க்கும்போது சின்னமூல் படத்துக்குத் தனிச்சிறப்பான இடமுண்டு. இப்பாதையில் முன்னோடி முயற்சி என்ற வகையில் அது தனித்துவம் வாய்ந்தது" என்கிறார் இப்பாணியின் சிறந்த கலைஞரான சத்யஜித் ரே.

1950இல் ரஷ்ய திரைப்பட மேதையும் படைப்பாளியுமான புடோவ்கின் இந்தியா வருகிறார். சோவியத்தில் இந்தியத் திரைப்படங்களைத் திரையிடுவதற்கென்று படங்களைத் தேர்வு செய்வதற்கான பயணமது. இந்திய வாழ்வின் சாயல்கள் சற்று மில்லாத படங்களைப் பார்த்து புடோவ்கின் சலிப்படைந் திருந்தபோது, 'சின்னமூல்' அவர் கவனத்துக்கு வந்தது. அப்படத்தைப் பார்த்த புடோவ்கின், படம் முடிந்ததும் மிகுந்த எக்களிப்போடு நிமாய் கோஷை ஆரத் தழுவி, ரஷ்ய பாணியில் அவர் கன்னங்களை முத்தங்களால் நிறைத்திருக்கிறார்.

பிரிவினைக் காலகட்டத்தில் நிகழ்ந்த விபரீதங்களினால் அகதிகளாகிய மக்களின் அவதியைச் சித்தரிக்கும் படம் 'சின்னமூல்'. இப்படத்தில் நடித்தவர்களில் ஓரிருவர் மட்டுமே அதற்கு முன் திரைப்படங்களில் முன்அனுபவம் கொண்டவர்கள். பெரும்பான்மையோர் முதன் முறையாகத் திரைப்படக் கேமராவுக்கு முன் தோன்றியவர்கள். இவர்களில் சிலர் பின்னாளில் முக்கியமான திரைப் பிரமுகர்களாகி இருக்கிறார்கள். இந்தியத் திரைப்பட மேதையாகப் பின்னர் வெளிப்பட்ட ரித்விக் கட்டக், இப்படத்தில் முதன்முறையாக சிறு பாத்திரமொன்றில் நடித்திருக்கிறார். நாடக நடிகர்களும், புதுமுகங்களும், நிஜ அகதிகளுமே இப்படத்தில் நடித்தவர்கள். ஆகக் குறைந்த செலவில், மிகக் கச்சிதமாக எடுக்கப்பட்ட படம்.

இப்படம் எடுக்கப்பட்ட விதத்தைப் பின்வரும் காட்சியாக்கம் தெளிவுபடுத்தும்: கல்கத்தா ரயில் நிலையத்தில் அகதிகள் வந்து குவிந்திருப்பதைக் காட்சிப்படுத்தும்போது, அவ்விடத்தினருகில் ஒரு வேனில் கேமராவையும் உதவி ஒளிப்பதிவாளரையும் இருக்கச் செய்துவிட்டு நிமாய் சற்றுத் தொலைவில் நின்றுகொண்டிருந் திருக்கிறார். அங்கு படப்பிடிப்பு நிகழ்வதை எவரும் அறியாதபடி

இந்த ஏற்பாட்டைச் செய்திருக்கிறார். அங்கு தன்னிச்சையாக நிகழும் காட்சிகளை கேமரா படம் பிடிக்கிறது. கையில் ஒரு பச்சைக் கைக்குட்டையும், சிவப்புக் கைக்குட்டையும் வைத்தபடி படப்பிடிப்பை இயக்கியிருக்கிறார் நிமாய். பச்சைக் கைக் குட்டையை அசைக்கும்போது கேமரா இயங்கும். சிவப்புக் கைக் குட்டையை அசைத்தால் நின்றுவிடும். படத்தின் மையப் பாத்திரமான அகதியாக நடிக்கும் நடிகர், அப்போது அங்கு வந்து சேர்ந்த ரயிலிலிருந்து இறங்கி வரும் ஒரு நபரிடம் சென்று, தான் ஒரு அகதி என்பதைக் கூறி, அகதி முகாம் எங்கிருக்கிறது, எப்படிச் செல்ல வேண்டுமென்று கேட்கிறார். அந்த மனிதர் அனுதாபத்தோடும், அக்கறையோடும் விபரங்களைக் கூறுகிறார். அவருக்குத் தான் ஒரு படத்தில் நடித்துக்கொண்டிருக்கிறோம் என்பதே தெரியாது என்பதுதான் இதில் விசேஷம்.

சோவியத் அரசு புடோவ்கினின் சிபாரிசில் இப்படத்தை வாஙகியது. இந்தியாவில் அதுவரை திரையிடப்படாது முடங்கிக் கிடந்த இப்படம், சோவியத் நகரங்களில் ஒரே சமயத்தில் 64 திரையரங்குகளில் திரையிடப்பட்டது. 1951இல் ரஷ்யாவில் கார்லோவிவேரி திரைப்பட விழாவில் இப்படம் சிறப்பாகக் குறிப்பிடப்பட்டு கௌரவிக்கப்பட்டது. இவ்விழாவுக்கு அழைப்பின் பேரில் நிமாய் சென்றிருந்தார். இப்படம் பற்றி புடோவ்கின் எழுதிய கட்டுரையை 'ப்ராவ்தா' பத்திரிகை வெளியிட்டது. இதற்கெல்லாம் பிறகு, இந்தியாவில் இப்படம் சிறு திரையரங்குகளில் ஆங்காங்கே திரையிடப்பட்டது.

ரஷ்யா அளித்த அமோக வரவேற்பிலிருந்து திரும்பிய நிமாய் கோஷிற்கு கல்கத்தாவில் புதிய நெருக்கடிகள் காத்திருந்தன. நிமாய் கோஷ் ஒரு கம்யூனிஸ்ட் என்று முத்திரை குத்தப்பட்டு விசாரிக்கப் பட்டார். இந்த முத்திரை அவருக்குப் பட வாய்ப்புகள் கிடைக்க விடாமல் செய்தது. மிகுந்த சோர்வில் அமிழ்ந்திருந்தார் நிமாய். அந்தச் சமயத்தில்தான், ரஷ்ய திரைப்பட விழாவுக்கு சென்னையிலிருந்து வந்திருந்த என்.எஸ். கிருஷ்ணனும், கே. சுப்பிரமணியமும் நிமாய் கோஷை சென்னை வந்து திரைப்படப் பணியில் ஈடுபடும்படி ஆத்மார்த்தமாகக் கேட்டுக் கொண்டது நினைவுக்கு வந்தது. நிமாய் கோஷின் திறமையில் வசீகரிக்கப்பட்டு அவர்கள் விடுத்த அழைப்பு இது. நிமாய் அவர்களோடு கடிதத் தொடர்பு கொண்டார்.

இயக்குநர் கே. சுப்பிரமணியம் உடனயாகப் பதில் எழுதினார். 1952ஆம் வருட ஆரம்பத்தில் சென்னையில் உலகத் திரைப்பட விழா நடக்கவிருந்த சமயமது. "நாமே போய் பட

வாய்ப்புக்கென்று நின்றால் அவ்வளவு மரியாதையாக இருக்காது. உலகத் திரைப்பட விழா சாக்கில் நீங்கள் வந்தால், பலருக்கும் அறிமுகப்படுத்தி, பட வாய்ப்புகள் பெற வசதியாக இருக்கும்" என்று பதிலில் இருந்தது.

19.2.52ஆம் தேதி நிமாய் கோஷ் சென்னை வந்திறங்கிய நாளிலிருந்து அவருடைய வாழ்வின் அடுத்த பாதியான, 36 ஆண்டு கால நிரந்தர சென்னை வாசம் தொடங்குகிறது. இந்த முடிவுக்காகத் தான் ஒருபோதும் வருத்தப்பட்டதில்லை. மாறாக, சந்தோஷமே கொண்டிருக்கிறேன் என்று நிமாய் அடிக்கடி சொல்லியிருக்கிறார். இதில் ஒரே வருத்தம், ரே தான் எடுக்கவிருக்கிற முதல் படமான 'பதேர் பாஞ்சாலி'யில் நிமாய் கோஷ் ஒளிப்பதிவாளராக இருக்க வேண்டும் என்று கேட்டுக்கொண்டிருக்கிறார். சென்னை வாசம் இந்த வாய்ப்பை இழக்க வைத்தது. "கல்கத்தாவிலிருந்து சென்னைக்கு மாஸ்கோ வழியாகக் குறுக்குப் பாதையில் வந்தேன்" என்று கிண்டலாக நிமாய் சொல்வார் என்று தமிழ் எழுத்தாளரும் சமீபத்தில் பாதல் சர்க்கார் பற்றிய பதிவுப் படமொன்றைத் தயாரித்திருப்பவருமான அம்ஷன் குமார் குறிப்பிட்டிருக்கிறார்.

நிமாய் தமிழில் ஒளிப்பதிவு செய்த முதல் படம் டி.ஆர்.ராமச்சந்திரனின் 'பொன்வயல்'. அதனைத் தொடர்ந்து ப.நீலகண்டன், பீம்சிங், முக்தா சீனிவாசன், ஜெயகாந்தன், பாலசந்தர் போன்றவர்களின் படங்களுக்கும் பல புது இயக்குநர்களின் படங்களுக்கும் ஒளிப்பதிவாளராகப் பணியாற்றி யிருக்கிறார். ஜீ.வி. ஐயரின் கன்னடப் படமான 'ஹம்ச கீத்' படத்தின் ஒளிப்பதிவு பரவலாகப் பாராட்டு பெற்றது. அவ்வருடத்திய கர்நாடக அரசு விருதையும் அவருக்குப் பெற்றுத் தந்தது.

தமிழில் எம்.பி.சீனிவாசன் போன்ற நண்பர்களுடன் இணைந்து அவர் ஒளிப்பதிவாளராகவும், இயக்குநராகவும் பங்காற்றித் தயாரித்த படம் 'பாதை தெரியுது பார்'. இப்படத்துக்கு 1960ஆம் ஆண்டின் சிறந்த பிராந்திய படத்துக்கான தேசிய விருது கிடைத்தது. இப்படத்தில் ஜெயகாந்தன் இயற்றிய 'தென்னங்கீற்றின் ஊஞ்சலிலே' என்ற பாடல் அழியாப் புகழோடு இன்றும் இசை பாடிக்கொண்டிருக்கிறது. ஆனால் இந்தப் படத்தின் திரைப்படச் சுருள் என்னாயிற்று என்பது பெரும் புதிராகவே தொடர்கிறது. இப்படச்சுருள் பெட்டி எந்த இருட்கிடங்கினுள் கிடக்கிறதென்று எவருக்கும் தெரியவில்லை. இதுபற்றி வாசகர் எவரேனும் அறிய

நேர்ந்தால் தெரியப்படுத்தலாம். அதை மீட்டெடுப்பது அருஞ் செயலாக இருக்கும்.

அதன் பிறகு அவர் தயாரித்த 'சூறாவளி' என்ற படமும் விருது பெற்றது. ஆனால் அது 'பாதை தெரியுது பார்' அளவு மிக முக்கியமான முயற்சி என்று கருதப்படவில்லை.

கல்கத்தாவில் முதல் திரைப்பட இயக்கம் தோன்றத் துணை நின்ற நிமாய் தமிழ்நாட்டில் திரைப்பட இயக்கங்களின் தோற்றத்துக்கும் வளர்ச்சிக்கும் உறுதுணையாக இருந்தார். தென்னிந்தியத் திரைப்பட இயக்கங்கள் கூட்டமைப்பின் துணைத் தலைவராகக் கிட்டத்தட்ட 10 ஆண்டுகள் நீடித்தார். திரைப்பட இயக்கங்களின் திரைக் காட்சியின்போது, சிறுத்த உருவத்தோடும், மெல்லிய கம்பி மீசையோடும், மேலாடையாக எப்போதும் பனியன் மட்டுமே அணிந்து இவர் முன்னின்று படங்களை அறிமுகப்படுத்துவார். படத்தின் முடிவில் திரையிட்ட படம் பற்றிய கலந்துரையாடலுக்கு வழி வகுப்பார். "திரைப்பட இயக்கங்கள் ஒரு சபா அல்ல; அவை படம் போடுவதோடு நின்றுவிடக்கூடாது. கலந்துரையாடல்கள் நிகழ்த்தப்படவேண்டும். அவை தமக்கென்று சிறு இதழும் நடத்த முன்வர வேண்டும்" என்றெல்லாம் ஆசைப்பட்டவர்.

சென்னை வாழ்வில் அவர் திரையுலகுக்கு ஆற்றிய மற்றுமொரு முக்கிய பணி, 'திரைப்படத் தொழில்நுட்பக் கலைஞர்களின் அமைப்பு' என்ற ஒன்றை 1957இல் உருவாக்கியது. அதன் தலைவராக 15 ஆண்டுகள், 1972 வரை நீடித்து 25க்கும் மேற்பட்ட திரைத்தொழில் பிரிவுகளில் பணிபுரியும் பணியாளர்களை இவ்வமைப்புக்குள் கொண்டுவந்தார்.

"நான் திரைப்படத்தை உண்மையிலேயே நேசிக்கும்பட்சத்தில், திரைப்படப் பணியாளர்களின் தேவைகளையும் கௌரவத்தையும் பாதுகாப்பதற்காகப் போராட்டத்தைத் தொடங்குவதே என்னுடைய முதல் கடமையாக இருக்க முடியும்" என்று நிமாய் குறிப்பிட்டிருக்கிறார்.

1972இல் 'தென்னிந்தியத் திரைப்படப் பணியாளர்கள் கூட்டமைப்பு' அவர் தலைமையில் உருவானது. 2 ஆண்டுகள் அதன் தலைவராகப் பணியாற்றினார். 1973இல் 'அகில இந்தியத் திரைப்படப் பணியாளர்கள் கூட்டமைப்பு' உருவானபோது அதன் துணைத் தலைவராகப் பொறுப்பேற்றார். திரைப்படப்

பணியாளர்களின் சங்கமானது கட்சி சாராததாக இருக்கவேண்டு மென்பதில் பிடிவாதமாகவும் கவனமாகவும் இருந்து, வலுவான அமைப்பாக வளர்த்தெடுத்திருக்கிறார்.

இந்தியத் திரைப்பட வரலாற்றின் மகத்தான மனிதரான நிமாய் கோஷுக்கு மரணம் நேர்ந்தவிதம் விந்தையின் புதிர்த்தன்மை கொண்டது. நிமாய் கோஷின் அருமையை உணர்ந்து உலகுக்கு அறிமுகப்படுத்திய புடோவ்கின், அவருடைய மரண நாளின் அடையாளமாக ஆகியிருக்கிறார். 1988ஆம் ஆண்டு ஜனவரி 29ஆம் தேதி 'புடோவ்கின் ஃபிலிம் கிளப்' என்ற ஒன்றை சோவியத் கலாசார மையம் சென்னையில் தொடங்கியது. அதன் தொடக்கமாகக் காலையில் ஒரு கருத்தரங்கம் நடந்தது. கருத்தரங்கில் கலந்துகொண்டு புடோவ்கின் பற்றியும் திரைப்படக் கலை பற்றியும் பேசிய நிமாய் கோஷ் பேச்சின் இடையிலேயே மாரடைப்பால் தாக்குண்டு சரிந்து விழுந்து மேடையிலேயே இறந்தார். அவரை ஆட்கொள்ளத் தேர்ந்தெடுத்த தருணத்தின்மூலம் மரணமும் தன் அஞ்சலியைச் செலுத்தியிருப்பதாகவே தோன்றுகிறது.

(புதிய பார்வை, 1996)

எம்.பி. சீனிவாசன்
இசைபட வாழ்ந்த இசைமேதை

இசைப் பெருவெளியில் சமூக விழிப்புணர்வுக்கும் மறுமலர்ச்சிக்குமான பாதையை வடிவமைத்து அதில் தீர்க்கமான பயணம் மேற்கொண்ட தனித்துவமிக்க இசை மேதை எம்.பி.சீனிவாசன். சேர்ந்திசை இயக்கத்தை உருவாக்கி, அதற்கு வடிவமும் வசீகரமும் அளித்து எழுச்சியோடு நடத்திச்சென்று, தன் காலத்துக்கும் மனித குலத்துக்குமான பெரும் பங்களிப்பாக இசை வாழ்வு மேற்கொண்டவர். ஒருமித்த ஒத்திசைவான கூட்டுக் குரல்கள்மூலம் தேசப்பற்றுக்கும் புரட்சிகரப் பயணத்துக்கும் வலுவூட்டியவர். நூற்றுக்கணக்கான, ஆயிரக்கணக்கான குரல்களை இசைமைப் படுத்தி, உணர்வுப் பிரவாகத்துடன் லயப்படுத்தி இசை உலகில் புத்தெழுச்சியைக் கட்டமைத்தவர். தன்

ஆளுமையைக் காலந்தோறும் செழுமைப்படுத்தியதன்மூலமும், செயல் முனைப்போடு தீவிரமாகப் பங்காற்றியதன்மூலமும் தன் கால வாழ்வில் தனதான அடையாளங்களைப் பதித்தவர்.

இவருடைய வாழ்வு, ஒன்றுக்கொன்று அனுசரணையான, இயல்பான மலர்ச்சியுடன் விரிந்த நான்கு கால கட்டங்களால் பிணைப்புற்றிருக்கிறது. இசை ஈடுபாட்டோடும் சுதந்திரமான மனப் போக்கோடும் வளர்ந்த இளம்பருவக் காலம் முதலாவது. அடுத்தது, தேசியப் பற்றோடு முகிழ்த்து, மார்க்சிய ஈடுபாட்டோடு விரிந்து, இந்திய கம்யூனிச இயக்கத்தில் இணைந்து, முனைப்புடன் அரசியல் செயல்பாடுகளை மேற்கொண்ட இளமைக் காலம். அதன் தொடர்ச்சியாக மேலெழுந்த கலாசார ஈடுபாடும், அதனூடாகத் தனதான இசை உலகைக் கண்டடைந்து, அதை வளப்படுத்தித் தன்னைச் செழுமைப்படுத்திக் கொண்டதுமான இடைக்காலம், மூன்றாவது. கடைசி 30 ஆண்டுகள் இவருடைய முழுமையான இசைப்பயணக் காலம். சமூக அக்கறைக்ளும், இசை ஞானமும் ஒன்றோடொன்று முயங்கித் திளைத்த காலமிது. திரை இசை, சேர்ந்திசை என்ற இரு தளங்களில் விரிந்து பரவிய செழுமையான காலம். தன் காலத்துக்கான பங்களிப்பை நிறைவுற ஆற்றிய காலம்.

இசை ஆர்வமிக்க குடும்பத்தில் பிறந்த எம்.பி. சீனிவாசனின் பூர்வீகம் மானாமதுரை. அவருடைய பெயரிலுள்ள 'எம்' இதையே குறிக்கிறது. அவருடைய தந்தை பாலகிருஷ்ணன் விவசாயக் கல்விப் பேராசிரியர். அவருடைய தந்தை கோவையிலுள்ள விவசாயக் கல்லூரியில் பணியேற்பதற்கு முன்பாக முதலில் ஆந்திராவில் பணியாற்றினார். எம்.பி. சீனிவாசன் ஆந்திராவிலுள்ள சித்தூரில் 1925ஆம் ஆண்டு பிறந்தார்.

சிறு வயதில் தந்தையின் மடியில் அமர்ந்தபடி, அவருடைய தந்தை 'எந்தையும் தாயும் மகிழ்ந்து குலாவி இருந்ததும் இந்நாடே' என்று பாரதியின் பாடலைப் பாட, அம்மா அதற்கு வயலின் இசைப்பதைக் கேட்டிருக்கிறார். தந்தையும் தாயும் இசை ஆர்வமும் ஞானமும் பெற்றவர்கள் என்றபோதிலும் இசையைத் தொழில் முறையாகக் கொண்டவர்கள் இல்லை. சிறுவயதிலேயே ஸ்வர ஞானத்தைக் கற்றறிந்தார் சீனிவாசன். பாரதி பாடல்களில் அவர் கொண்ட தீராக் காதல் காலமெல்லாம் அவரைத் தொடர்ந்து, பிற்காலத்தில், தேசிய எழுச்சியுடன் கவி புனைந்த இந்திய மொழிக் கவிஞர்கள் பலரிடத்தும் கவனத்தைக் குவித்தது. கல்லூரி நாட்களில், சுதந்திரப் போராட்ட இயக்கப் பொதுக்கூட்டங்களில் பாரதி பாடல்களைப் பாடியிருக்கிறார்.

சென்னை பிரசிடென்சி கல்லூரியில் படித்த நாட்களில் சுதந்திர இயக்கத்தில் ஈடுபட்டார். மார்க்சியம் அவரை ஆட்கொண்டது. இந்திய கம்யூனிசக் கட்சியின் மாணவர் பிரிவில் பங்கேற்று அதன் பணிகளில் தன்னை வெகுவாக ஈடுபடுத்திக் கொண்டிருக்கிறார். இந்திய சுதந்திரத்துக்குப் பின்னான ஆரம்ப வருடங்களில் மனித உரிமைகளுக்காகத் தன்னை முன்னிறுத்திச் செயல்பட்டிருக்கிறார். அதன் தொடர்ச்சியாக 2 ஆண்டு காலத் தலைமறைவு வாழ்க்கையை எதிர்கொள்ள நேரிட்டது.

1952ஆம் ஆண்டு பொதுத்தேர்தலில் இந்திய கம்யூனிஸ்ட் கட்சி பாராளுமன்றத்தில் கணிசமான இடங்களைக் கைப்பற்றிய போது உறுப்பினர்களின் பாராளுமன்ற நடவடிக்கைகளுக்கு உதவும்முகமாக கட்சி அழைப்பின் பேரில் சீனிவாசன் டில்லியில் ஆலோசகராகப் பணியேற்றார். 1952–55 வரையான 3 ஆண்டுகள் அவர் இப்பணியில் ஈடுபட்டிருந்தார்.

டில்லியில் கட்சிப் பணி மேற்கொண்டிருந்தபோது, அவருக்கு இந்திய மக்கள் அரங்க அமைப்புடன் (Indian People's Theatre Association) நெருங்கிய தொடர்பு ஏற்பட்டது. இவ்வியக்கத்தின் கலாசாரச் செயல்பாடுகளில் உத்வேகத்துடன் தன்னைப் பிணைத்துக் கொண்டார். இந்திய மாநிலங்களனைத்தும் பிரதிநிதித்துவம் கொண்டிருந்த இவ்வமைப்புடன் இவர் கொண்ட உறவு இவருடைய பிற்கால வாழ்வை வடிவமைத்தது. இந்திய பிராந்தியங்களின் இசை மரபுகளோடு பரிச்சயம் ஏற்பட்டது. அவர் தனதான உலகைக் கண்டறிய உதவிய காலமிது. அவ்வமைப்பில் தீவிரப் பங்கேற்றிருந்த தோழர் சஹிதாவுடன் ஏற்பட்ட பழக்கமும் நெருக்கமும் திருமண உறவில் பிணைப்புற்று, காலமெல்லாம் இனிய தோழமையாக நீடித்தது. சஹிதா, ஜாலியன் வாலாபாக் நிகழ்வின் நாயகனும் சிறந்த தேசப் பற்றாளருமான சைபுதின் இச்லுவின் மகள்.

இதனைத் தொடர்ந்த அடுத்த சில ஆண்டுகளை இசைக் கல்வியில் வளப்படுத்தினார். சாஸ்திரிய கர்நாடக, இந்துஸ்தானி மற்றும் மேற்கத்திய இசை வடிவங்களில் தேர்ச்சி பெற்றார். அவற்றை நம் கிராமங்களின் மரபான நாட்டுப்புற இசையோடு இசைமைப்படுத்துவதில் அக்கறை காட்டினார்.

தன் 34ஆவது வயதில் 1959இல் சென்னையில் இசை வாழ்வைத் தன் முழுநேரத் தொழிலாகக் கைக்கொண்டார். அதுகாலம் வரை அவர் ஆளுமையில் ஆதிக்கம் செலுத்திய தேசப்பற்றும்

புரட்சிகரப் பாதையும், அவர் தன்னுடைய மேன்மையான வெளியீட்டுத் தளமாகக் கண்டடைந்த இசை உலகோடு இணைந்து சமூக விழிப்புணர்வுமிக்க கலைஞனாக அவரை ஆக்கின.

தோழர்கள் நிமாய் கோஷ், தாமோதரன் போன்றோரோடு இணைந்து 'குமரி ஃபிலிம்ஸ்' என்ற நிறுவனம் உருவாகத் துணைநின்றார். அதன் முதல் படைப்பாகப் 'பாதை தெரியுது பார்' நிமாய் கோஷ் இயக்கத்தில் உருவானது. எம்.பி. சீனிவாசன் அதன் இசையமைப்பாளரானார். திரை இசை வாழ்வு தொடங்கியது. இப்படத்தில் இவருடைய இசையமைப்பில், ஜெயகாந்தனின் எழுத்தில் உருவான 'தென்னங்கீற்றின் ஊஞ்சலிலே' என்ற பாடல் காலங்களை எல்லாம் கடந்து இன்றும் வசீகரம் கொண்டிருக்கிறது.

பின்னணி இசையிலாகட்டும், பாடல்களிலாகட்டும் காட்சிகளுக்கு அடியாக மெல்லியதாக இழையோடும் இசையமைப்பு இவருடையது. ஆகக் குறைந்த கருவிகளைப் பயன்படுத்தி இணக்கமான இசையமைப்பை உருவாக்கினார்.

80க்கும் மேற்பட்ட திரைப்படங்களுக்கு இவர் இசை அமைத்திருக்கிறார். மலையாளத்தில் இவர் பெரிதும் போற்றப் பட்டார். அடூர் கோபாலகிருஷ்ணன், அரவிந்தன், எம்.டி. வாசுதேவன் நாயர், பரதன், கே.ஜி. ஜார்ஜ் போன்ற சிறந்த மலையாள இயக்குநர்களின் படங்களுக்கு இசையமைத்திருக்கிறார். சிறந்த இசையமைப்பாளருக்கான விருதைக் கேரள அரசிடமிருந்து 4 முறை பெற்றிருக்கிறார். ஜான் ஆப்ரஹாமின் 'அக்ரஹாரத்தில் கழுதை' திரைப்படத்திற்கு இசையமைத்ததோடு அதன் மையக் கதாபாத்திரமான பேராசிரியராகவும் நடித்திருக்கிறார்.

திரைவாழ்வில் பல்வேறு திரைப்படத் தொழிலாளர் சங்கங்களை நிமாய் கோஷுடன் இணைந்து உருவாக்கினார். இசையமைப்பாளர்கள் மற்றும் பாடலாசிரியர்களுக்கான இசை மற்றும் பாடல் உரிமையை (copyright) நிலைநிறுத்த சங்கமொன்றைத் தோற்றுவித்துச் செயல்பட்டார்.

1970இல் சென்னை இளைஞர் இசைக்குழுவை (Madras Youth Choir) தோற்றுவித்ததிலிருந்து இவருடைய இசை வாழ்வில் எழுச்சிமிகு பேரியக்கம் தொடங்கியது. சேர்ந்திசை என்ற நம் ஆதி இசை மரபைப் புத்தெழுச்சியுடன் மீட்டுருவாக்கம் செய்தார். வாழ்வின் எல்லாத் தருணங்களிலும் அத்தருணங்களுக்கேற்ப கூட்டமாகப்

பாடி இசைப்பதை மரபாகக் கொண்ட பாரம்பரிய வளமைமிக்க சமூகம் நம்முடையது. தேசிய ஒருமைப்பாடு, சுற்றுச்சூழல் பாதுகாப்பு, சமூக மாற்றம், உலக அமைதி போன்ற கருக்களில் அமைந்த பாடல்களுக்கு சேர்ந்திசை மூலம் நாடெங்கும் உத்வேகமூட்டினார்.

சுதந்திர தினம், குழந்தைகள் தினம், குடியரசு தினம் போன்ற கொண்டாட்டங்களில் பள்ளிக் குழந்தைகள் சேர்ந்திசைக்கும் மரபு இவர் மூலம் உருவானது. 1982இல் சென்னைப் பள்ளிகளைச் சேர்ந்த 6000 குழந்தைகளை ஒருங்கிணைத்து, பல்வேறு மொழிகளின் தேசப்பற்றுப் பாடல்களை ஒருமித்த, ஒத்திசைவான குரல்களில் பாடவைத்தார்.

அவருடைய குழுவோடு சேர்ந்து தமிழகம் மற்றும் கேரளாவின் பல்வேறு பகுதிகளுக்கும் கல்வி நிறுவனங்களுக்கும் சென்று பயிற்சி அளித்தார். மக்கள் திரளைப் பாடவைத்த மகத்துவத்தை நாடு வியந்து நோக்கியது. அகில இந்திய வானொலியில் அவருடைய சேர்ந்திசை நிகழ்ச்சிகள் தொடர்ந்து இடம் பெறலாயின. அகில இந்திய வானொலிக்கு பிரத்தியேக சேர்ந்திசைக் குழுவை உருவாக்கிக் கொடுத்தார்.

இந்திய மொழிகளனைத்திலும் சிறந்த கவிகளின் பாடல்களுக்கு சேர்ந்திசை வடிவம் தந்திருக்கிறார். மொழி அவருக்குத் தடையில்லை. இக்பால், தாகூர், பாரதி, வள்ளத்தோள் போன்ற மகாகவிகளின் பாடல்களை மனிதக் கூட்டுக்குரல்கள் மூலம் எழுச்சியுறச் செய்தார்.

"மனித இதயங்களைப் பிணைப்பதாகவும், சகோதரத்துவத்தை வலுப்படுத்துவதாகவும், பொதுவான லட்சியத்திற்கென்று பொதுமன விழிப்புணர்வோடு மக்களை எழுச்சி கொள்ளச் செய்வதாகவும் சேர்ந்திசை மகத்தான நோக்கத்தைக் கொண்டிருக்கிறது" என்கிறார் எம்.பி. சீனிவாசன்.

லட்சத் தீவில் சேர்ந்திசைப் பட்டறை ஒன்றை மத்திய அரசின் சார்பாக மேற்கொண்டிருந்தபோது திடீர் மாரடைப்பு ஏற்பட்டு 1989ஆம் ஆண்டு மார்ச் 9ஆம் தேதி மரணமடைந்தார்.

1987ஆம் ஆண்டு படைப்பு ரீதியான மற்றும் சோதனை ரீதியான இவருடைய இசைக்காக சங்கீத நாடக அகாதெமி விருது வழங்கப்பட்டது.

1988ஆம் ஆண்டு இந்திய தேசிய திரைப்பட விழாவில், சிறந்த திரை இசை, சிறந்த சேர்ந்திசை மற்றும் தொழிற்சங்கப்

பணி ஆகியவற்றுக்காக நடுவர்களின் சிறப்பு விருது இவருக்கு அளிக்கப்பட்டது.

எண்ணங்களும் செயல்களும் இசைபட வாழ்ந்த இசை மேதை இவர். இந்திய இசை உலகில் எம்.பி. சீனிவாசனின் விசேஷ அடையாளங்கள் என்றும் நீங்காதிருக்கும்.

(புதிய பார்வை, 1996)

எம். கிருஷ்ணன்
கானகக் கலைஞன்

எம். கிருஷ்ணன், ஒரு கானகக் கலைஞன். சுமார் 50 ஆண்டுகளாக இந்திய வனாந்திர உயிரினங்கள் பற்றியும், தாவர இனங்கள் பற்றியும் அர்ப்பணிப்பு உணர்வோடு தனிமனிதனாகக் குரல் எழுப்பியவர். கட்டுரைகள், குறிப்புகள், கோட்டோவியங்கள், புகைப்படங்கள் மூலமாக இந்திய இயற்கை வளங்களை – விலங்குகள், பறவைகள், மரங்கள், செடிகள் என – இடையறாது அறிமுகப் படுத்தியவர். அவற்றைப் பேணிப் பாதுகாத்து, அடுத்த தலைமுறைகளுக்குச் செழுமையாக விட்டுச்செல்வதன் அவசியத்தை வலியுறுத்தியவர்.

சுற்றுச்சூழல் பராமரிப்புக்காக மானியங்கள் குவிக்கப்படும் இந்நாளைப் போலல்லாமல், கவனிப்பு பெற்றிராத அன்றைய சூழலில் தன் வாழ்வை முழு முற்றாக ஒப்புக்கொடுத்தவர். பெரும்பாலும் அமைப்புகளுக்கு வெளியிலிருந்து

சுயமாக, சுதந்திரமாகச் செயல்பட்டவர். தன் 83ஆவது வயதில், கடந்த பிப்ரவரி 18ஆம் தேதி, சென்னையில் தன் இல்லத்தில் மரணமடைந்தபோது, இந்திய வனாந்திரங்களின் அடர்த்தியான வெளியில் ஆழமான சோகம் கவிந்துவிட்டிருக்கும்.

தமிழின் முன்னோடி நாவலான 'பத்மாவதி சரித்திரம்' எழுதிய அ. மாதவையாவின் எட்டுக் குழந்தைகளில் கடைசி, கிருஷ்ணன். சமூக சீர்திருத்தக் கருத்துகளுக்கு, குறிப்பாகப் பெண் கல்விக்குப் புனைவு வடிவம் தந்தவர் அ. மாதவையா. குடும்பத்தின் இலக்கியப் பின்புலம் கிருஷ்ணனின் ஆளுமையை உருவாக்குவதில் முக்கிய பங்கு வகித்திருக்கிறது.

தாவரவியலில் எம்.ஏ. பட்டம் பெற்ற கிருஷ்ணன் தொடர்ந்து சட்டம் பயின்று பி.எல். பட்டம் பெற்றார். சிறுவயது முதலே, எழுத்து, ஓவியம், புகைப்படக் கலை, வன விலங்குகள், தாவரங்கள் ஆகியவற்றில் ஆழ்ந்த ஈடுபாடு கொண்டிருந்திருக்கிறார். இந்திய சிற்பக் கலையில் தேர்ந்த ரசனை கொண்டிருந்த இவர் 'சில்பஸ்ரீ என்ற இதழில் இளம் வயதில் கட்டுரைகள் எழுதியிருக்கிறார்.

சட்டப் படிப்பு படித்த பின்பு, இவர் சட்டப்பணி மேற்கொள்ளவில்லை. மாறாக, கமர்ஷியல் ஆர்டிஸ்டாக தன் பணி வாழ்வைத் தொடங்கினார். முழுமையான கலைஞனாகச் செயல்பட விழைந்த மனதின் குரலுக்குச் செவிமடுத்து கோட்டோவியங்கள், நீர்வண்ண ஓவியங்கள், புத்தகங்களுக்கான வரைபடங்கள் என ஈடுபட்டு ஓவியனாகச் செயல்பட்டார். அதன்பிறகு, கிட்டத்தட்ட 9 ஆண்டுகள் சந்தூர் ராஜாங்க பிரதேசத்தில் பல்வேறு பொறுப்புகள் ஏற்றுப் பணி புரிந்தார். அந்த 9 ஆண்டுகளின் கடைசியில் சந்தூர் மகாராஜாவுக்கு அரசியல் ஆலோசகராகச் செயல்பட்டார்.

1948–49களில் சந்தூர் உட்பட 520 ராஜாங்கங்கள் மறைந்த போது, இவர் தன் மனதில் கனிந்துவிட்டிருந்த எண்ணங் களுக்கு வாழ்வை ஒப்புக்கொடுக்க முடிவெடுத்தார். அப்போது அவருக்கு அளிக்கப்பட்ட அரசுப் பணியை ஏற்க மறுத்துவிட்டு முழுநேர இயற்பியல்வாதியாக வாழ்வை அர்த்தப்படுத்த விழைந்தார்.

மனதின் குரலுக்கு இசைய வாழ்வதால் கிட்டும் அனுகூலங் களும், இத்தகைய பாதுகாப்பற்ற வாழ்க்கை முன்னிறுத்தும் இடையூறுகளும் ஒன்றையொன்று மேவும் வாழ்க்கைப் பாதையைத் தேர்ந்தெடுத்து 47 ஆண்டுகள் சுதந்திரமான, அர்த்தமுள்ள

வாழ்க்கை வாழ்ந்தார். ஓவியராக, எழுத்தாளராக, இயற்பியல் வாதியாக, வனவாழ் உயிரினப் புகைப்படக் கலைஞராகத் தீவிர முனைப்புடன் அயராது செயல்பட்டார்.

'த ஹிந்து', 'டைம்ஸ் ஆஃப் இந்தியா', 'இல்லஸ்டிரேடட் வீக்லி ஆஃப் இந்தியா,' 'சங்கர்'ஸ் வீக்லி' போன்ற பல்வேறு பத்திரிகைகளிலும் இதழ்களிலும் இவரது கட்டுரைகளும் குறிப்புகளும் இவர் எடுத்த புகைப்படங்களோடு இடம்பெற்றன.

'தேசக் குறிப்பேடு' (Country Note Book) என்ற தலைப்பில் இந்திய தேசத்தின் தாவர, விலங்கினங்கள்பற்றி ஸ்டேட்ஸ்மென் ஞாயிறு பதிப்பில் இரு வாரங்களுக்கு ஒரு முறையெனத் தொடர்ந்து 46 ஆண்டுகள் 1950இலிருந்து இடையறாது எழுதி வந்திருக்கிறார். இந்தியப் பத்திரிகைத் துறை வரலாற்றில் இது ஒரு சாதனை என்று கருதப்படுகிறது. பெரும்பாலும் ஸ்தலத்தில் எடுக்கப்பட்ட புகைப்படங்களோடும், அவசியமான சில கோட்டோவியங் களோடும் இத்தொடர் வெளிவந்திருக்கிறது.

அவர் இறந்த பிப்ரவரி 18 அன்று வெளியான ஸ்டேட்ஸ்மென் இதழில் 'பிரத்யேகமாக இந்தியன்' என்ற தலைப்பில் இந்திய தேச விலங்கினம் பற்றி அவர் எழுதிய குறிப்பு இத்தொடரின் கடைசிப் பகுதியாக அமைந்துவிட்டது விசித்திரம்தான். உண்மையில் 'பிரத்யேகமாக இந்தியன்' என்ற தொடர் அவருக்கும் முற்றிலுமாகப் பொருந்தக்கூடியது.

பிற நாட்டுத் தாவர இனங்கள் நம் மண்ணில் நடப்படுவதைக் கடுமையாக எதிர்த்தவர். ஒருமுறை பெங்களூர் 'இந்தியன் இன்ஸ்டிட்யூட் ஆஃப் சயன்ஸ்' அமைப்பில் பேச அவர் அழைக்கப்பட்டார். அந்நிய தேச தாவர இனங்கள் அவ்வளாகத்தைச் சூழ்ந்திருந்தன. அம்மரங்கள் பூத்துக் குலுங்கியிருக்க மஞ்சள் பூக்கள் ஜொலித்துக் கொண்டிருந்தன. அந்நிறுவன இயக்குனரின் துணைவியாரின் ஏற்பாட்டில் உருவானது இது. வரவேற்பின்போது அந்தப் பெண்மணி, கிருஷ்ணனிடம், "வளாகம் எப்படி இருக்கிறது" என்று ஆவலோடு கேட்டிருக்கிறார். 'அவமானம். அந்நிய மரங்களையெல்லாம் வேரோடு பிடுங்கி எறிந்துவிட்டு நம் தேசத்து இனங்களை நடுங்கள்" என்றிருக்கிறார் கிருஷ்ணன்.

வன விலங்குகளையும் பறவைகளையும் தன் பிரத்தியேக கேமராவுக்குள் வசப்படுத்துவதில் நுட்பமான கலைஞர் இவர். இவருடைய புகைப்படங்கள் ஜொலிப்பவையோ, ஒரு கணம் நம்மை ஸ்தம்பிக்க வைக்குமளவு திகைப்பூட்டுபவையோ அல்ல. மாறாக, தெள்ளத் தெளிவானவை. தூய்மையானவை. உண்மைக்கு மிகவும் நெருக்கமானவை. கருப்பு வெள்ளையின்

ஆழ்ந்த தொனி கொண்டவை. புகைப்பட வெளிக்குள் நம்மை சுபாவமாக அழைத்துச் செல்பவை. ஒரு சிறந்த புகைப்படக் கலைஞராக மட்டுமல்லாமல், புகைப்படப் பிரதிகள் எடுப்பதிலும் இவர் இணையற்றவர் என்று கருதப்படுகிறது. இவருடைய கோட்டோவியங்கள் எளிமையின் அழகும், நேர்த்தியின் வசீகரமும் கூடியவை.

ஒரு பாதுகாப்பற்ற வாழ்க்கைப் பயணத்தைத் தேர்ந்தெடுத்துச் செயல்பட்டபோதிலும் இவருடைய ஆத்மார்த்த உழைப்பு தேசிய அளவிலும் சர்வதேச அளவிலும் அங்கீகாரங்களையும் கௌரவங்களையும் பெற்றுத் தந்திருக்கிறது. 1968இல் முதலாவது ஜவஹர்லால் நேரு ஃபெல்லோஷிப் இவருக்குக் கிடைத்தது. பாலூட்டி இனம்பற்றி ஆய்வு மேற்கொள்ள இது அவருக்கு வழங்கப்பட்டது. 1970ஆம் ஆண்டு பத்மஸ்ரீ விருது பெற்றார்.

இந்திய தாவர, விலங்கினங்கள்பற்றி இடையறாது பொதுமக்களிடையே அறிமுகப்படுத்திய வகையிலும், அவர்கள் அவற்றின் மீது நாட்டம் கொள்ளும் வகையிலும் இவர் மேற்கொண்ட பணிகளுக்காக, ஐக்கிய நாடுகள் சபை சுற்றுச்சூழல் திட்டத்தின் 'உலகளாவிய 500 நபர் கௌரவிப்பு' விருது 1995ஆம் ஆண்டு இவருக்கு அளிக்கப்பட்டது. இதுவரை, 'த இந்தியன் எலிபெண்ட்', 'ஜங்கிள் & பேக்யார்டு,' 'நைட்ஸ் & டேஸ்,' 'இந்தியா'ஸ் வைல்டு லைஃப்' ஆகிய புத்தகங்கள் வெளிவந்துள்ளன.

'த டேல்ஸ் ஆஃப் தாவூத்கான்' என்ற சிறுகதைத் தொகுப்பு வெளிவந்திருக்கிறது. சமீபத்தில் தமிழில் 'கதிரேசன் செட்டியார் காதல்' என்றொரு துப்பறியும் நாவல் வெளியாகி இருக்கிறது. பத்திரிகைகளில் வெளியான இவருடைய முக்கியமான எழுத்துப் பக்கங்கள் தொகுக்கப்படாமல் இருக்கின்றன.

எம். கிருஷ்ணன் தமிழ் இல்லங்களில் புழங்கும் ஒரு பெயராக மாறியிருக்க வேண்டும். ஆனால் தமிழ்ப் பத்திரிகைச் சூழல் இவரைப் பயன்படுத்தவும் கண்டுகொள்ளவும் தவறிவிட்டது. புகைப்படக் கலை, அதிலும் குறிப்பாக விலங்குகளும் பறவைகளும் எவரையும் ஆகர்ஷிக்கும் விஷயங்கள். இத்துறையில் தமிழ்நாட்டில் ஒரு மேதை செயல்பட்டும், தமிழ் வாசகர்களுக்கு அதன் பலன் கிடைக்காமல் போனது நம்முடைய எண்ணற்ற இழப்புகளில் ஒன்றன்றி வேறென்ன.

(புதிய பார்வை, 1996)

க.நா. சுப்ரமணியம்
இலக்கிய இயக்கம்

தற்காலத் தமிழ் இலக்கியத்தின் வளமான பரப்பை வடிவமைத்த உழைப்பு க.நா.சுப்ரமணியத்தினுடையது. இவருடைய தார்மீக உந்துதலும் சலிக்காத செயல் வேகமும் தற்காலத் தமிழ் இலக்கியச் சூழலின் 20 ஆண்டுகளை (1945–65) நிர்மாணித்தன. நாவல், சிறுகதை, கவிதை ஆகிய சாதனங்களில் இவர் தம் படைப்புகளை உருவாக்கியிருக்கிறார். 50 ஆண்டுகளுக்கும் மேற்பட்ட, தீவிர அக்கறையுடன் கூடிய இவருடைய எழுத்துப் பயணத்தில் தமிழ் இலக்கியச் சூழல் பெரிதும் வளம் பெற்றிருக்கிறது. நாவல் சாதனத்தில் இவருடைய பங்களிப்பு சிறந்தது மட்டுமல்லாமல் வரலாற்று ரீதியான முக்கியத்துவம் வாய்ந்தது. எனினும், இவருடைய ஆளுமை, படைப்பாளி என்ற எல்லையில் மட்டும் இல்லை.

மாறாக, உலக இலக்கியத்தின் செழுமையைக் கணிசமான மொழிபெயர்ப்புகள் மூலம் தமிழுக்குக் கொண்டுவந்து சேர்த்ததிலும், வாசகத் தரத்தை மேம்படுத்துவதன் மூலம் சூழலில் ஓர் எழுச்சியைத் தோற்றுவிக்க படைப்புகள் பற்றியும் படைப்பாளிகள் பற்றியும் சதா அறிமுகப்படுத்துவதில் காட்டிய முனைப்பிலும் அக்கறையிலுமே மேலோங்கியிருக்கிறது.

க.நா.சு. 1912ஆம் ஆண்டு ஜனவரி 31ஆம் தேதி பிறந்தார். இவருடைய தந்தை அஞ்சல் துறை அதிகாரி. தாயைச் சிறுவயதிலேயே இழந்த இவர், தந்தையின் பராமரிப்பில் ஒரே மகனாக வளர்ந்தவர். இளம் வயதிலேயே ஆங்கில இலக்கிய வாசிப்பில் திளைத்தவர். 1988ஆம் ஆண்டு டிசம்பர் 16ஆம் தேதி மறைந்த நாள் வரை முழு நேர எழுத்தாளராகவே செயல்பட்ட இவருடைய இலக்கிய வாழ்வு நான்கு தளங்களில் அமைந்திருக்கிறது.

1. படைப்பாக்கம்
2. விமர்சனம்: அறிமுகம்
3. மொழிபெயர்ப்பு
4. ஆங்கிலப் பத்திரிகைகளில் எண்ணற்ற கட்டுரைகள்

படைப்பிலக்கியவாதியாக க.நா.சு.வின் பங்களிப்பு நாவல் தளத்தில் மிகவும் குறிப்பிடத்தகுந்தது. 1946இல் வெளிவந்த 'பொய்த் தேவு' தமிழ் நாவலின் உயரிய மரபில் முதல் நாவலாகக் கருதப்படக்கூடிய அளவு முக்கியத்துவம் வாய்ந்தது. அவருடைய படைப்புகளில் மிகச் சிறந்தது 'அசுரகணம்' நாவல். சோதனை முயற்சிகளாகவும், பல்வேறு வகையினவாகவும் அவர் எழுதிய பிற நாவல்கள்: சர்மாவின் உயில், பசி, ஏழு பேர், ஒரு நாள், வாழ்ந்தவர் கெட்டால், ஆட்கொல்லி, பெரிய மனிதன், அவரவர் பாடு, மாதவி, கோதை சிரித்தாள், பித்தப்பூ, தாமஸ் வந்தார், அவதூதர்.

தமிழ் நாவல் பரப்பில் நிலவிய வறட்சி, அச்சாதனத்தில் சில முன்னோடி முயற்சிகளை முன்வைக்க க.நா.சு.வின் படைப்பாளுமைக்கு உதவியிருக்கிறது. ஆனால் தமிழின் வளமான சிறுகதை மரபின் முன் க.நா.சு.வின் சிறுகதைகள் சாதாரணமாகி விடுகின்றன.

மயன் என்ற பெயரில் அவர் மேற்கொண்ட கவிதை முயற்சிகளும் பலவீனப்பட்டே இருக்கின்றன. கோட்பாட்டளவில் அலங்காரத்தையும் படிமத்தையும் உதறி, கவிதையை எளிமைப்

படுத்த அவர் முயற்சித்த போதிலும் கவித்துவ உக்கிரத்துக்கான மொழியோ, வெளியோ அவருக்கு வசப்படவில்லை. எனினும், கவிதை குறித்த அவருடைய சிந்தனைகள் இன்று வலுப்பெறத் தொடங்கியிருக்கின்றன. அன்றைய புதுக்கவிதை இயக்கத்தில் இவருடைய கருத்துகள் மங்கியிருந்தபோதிலும் இன்று அவை பிரகாசம் பெற்றிருப்பதை நாம் கவனத்தில் கொள்ளவேண்டும்.

விமர்சனம் என்பதைக் காலத்தின் தேவையைப் பூர்த்தி செய்யும் அத்தியாவசியமான செயல்பாடாக அடையாளம் கண்டு அதில் தீவிரமாகச் செயல்பட்டவர் க.நா.சு. தமிழ்ப் படைப்புலகம் புதுமைப்பித்தன், மௌனி, கு.ப.ரா., கு.அழகிரிசாமி போன்ற ஆளுமைகளால் பொலிவுற்றிருந்த படைப்பெழுச்சிமிக்க காலத்தில் வணிகப் பத்திரிகைகளின் ஆதிக்கத்தாலும் எழுச்சியாலும் இலக்கிய ரசனையும் வாசகத் தரமும் வீழ்ச்சியடைவதைக் காணச் சகிக்காது விமர்சனத்தை மேற்கொண்டவர். அதனாலேயே ரசனை வழி தர நிர்ணய விமர்சனமாக அவருடைய விமர்சன முறை அமைந்தது என்று கருதலாம். வாசகனைத் திருப்திப்படுத்த படைப்பாளி இறங்கி வருவதான பாவனை மூலம் இலக்கியமும் பயனடைவ தில்லை, வாசகனும் பயனடைவதில்லை. அதனாலேயே வாசகனின் வாசிப்புப் பயணத்தை வற்புறுத்தியவர் க.நா.சு.

“இலக்கியாசிரியனின் கடமை வாசகனை எட்டுவதல்ல. அதற்கு எதிர்மாறாக, வாசகனின் கடமைதான் ஆசிரியனை எட்டிப்பிடிப்பது என்பதை வற்புறுத்த இன்று இலக்கிய விமர்சனம் உபயோகப்பட வேண்டும். இலக்கியாசிரியன் வாசகர்களையோ, ஒரு லக்ஷிய வாசகனையோ எண்ணிக்கொண்டு எழுதுவதில்லை. வாசகன்தான் தன் இலக்கியத் தாகத்தில், ‘நமக்கேற்ற ஆசிரியன் இவன்’ என்று தேடிக்கொண்டு இடைவிடாமல் ஓட வேண்டும் என்பதை ஒவ்வொரு சந்தர்ப்பத்திலும் இலக்கிய விமர்சனம் வாசகர் களுக்கு அடித்துச் சொல்ல வேண்டும்’’ என்று ‘விமர்சனக்கலை’யில் குறிப்பிடுகிறார்.

விருப்பமில்லாமலேயே விமர்சனத்தை மேற்கொண்டதாகக் க.நா.சு. அவ்வப்போது கூறியிருக்கிறார். எனினும், ரசனை அடிப்படையிலான தர நிர்ணயத்தின் மூலம் தற்கால இலக்கியம் குறித்த விமர்சனப் போக்கை உருவாக்கிய முதல் விமர்சகர் இவர்தான். 1965 வரை தமிழ்ச் சூழலில் தீவிர முனைப்புடன் செயல்பட்டு வந்தார். அதுவரை அவர் முன்வைத்த பட்டியல்களில் வெளிப்பட்ட அவருடைய கூரிய அவதானிப்பையும் துல்லியத் தையும், அவையே தற்காலத் தமிழிலக்கிய வரலாற்றின் வரி வடிவாக நிலை பெற்றுவிட்டிருப்பதிலிருந்து உணரமுடியும்.

விமர்சனக் கலை, இலக்கிய விசாரம், படித்திருக்கிறீர்களா? (2 தொகுதிகள்) முதல் ஐந்து தமிழ் நாவல்கள், இலக்கிய வளர்ச்சி, நாவல் கலை, கலை நுட்பங்கள் என இவர் எழுதிய விமர்சன நூல்கள் அநேகம்.

க.நா.சு.வின் மற்றுமொரு உயரிய பங்களிப்பு ஐரோப்பிய மொழிகளின் சிறந்த படைப்புகளை உத்வேகத்துடன் மொழி பெயர்த்தது. சிறந்த இலக்கியப் படைப்புடனான என் முதல் உறவு 'நிலவளம்' நாவலுடன் கொண்ட அறிமுகத்திலிருந்துதான் தொடங்குகிறது. மொழிபெயர்ப்புப் படைப்புகளை வாசிக்கும் தீராத வேட்கையை அது எனக்கு ஏற்படுத்திக் கொடுத்தது. அன்று நூலக அடுக்குகளில் மொழிபெயர்ப்புப் புத்தகங்கள் கணிசமாக இருந்தன. வாசிப்பில் தன்னை ஆகர்சித்த சிறந்த நாவல்களையும் சிறுகதைகளையும் தாமாகவே முன்வந்து, எந்த ஒரு நிறுவனத்தின் வேண்டுகோளுக்காகவும் அல்லாமல் மொழிபெயர்ப்பு செய்திருக்கிறார் இவர். நாம் போற்றிப் பெருமிதம் கொள்ளவேண்டிய மகத்தான உழைப்பு. எத்தகையதோர் ஈடுபாடும் அக்கறையும் உத்வேகமும் இருந்திருந்தால் இத்தகைய பணிகளை நிறைவேற்றியிருக்க முடியும்.

நட் ஹாம்ஸனின் நிலவளம், செல்மா லாகர்லெவ்வின் மதகுரு, பெர்லாகர் க்விஸ்ட்டின் அன்பு வழி (பாரபாஸ்), ஜார்ஜ் ஆர்வெல்லின் விலங்குப் பண்ணை மற்றும் 1984 போன்றவை அவருடைய மொழிபெயர்ப்பில் வந்த முக்கிய நாவல்களென சட்டென்று நினைவுக்கு வருபவை. ஐரோப்பியச் சிறுகதைகள், கடல் முத்து என்ற மொழிபெயர்ப்புச் சிறுகதைத் தொகுதிகளும் வந்திருக்கின்றன. ஐரோப்பிய மொழிகளின் செவ்வியப் படைப்புகளை மட்டுமல்லாது, நவீன படைப்புலகின் சிகரங்களான போர்ஹே (பாபிலோனில் லாட்டரி) காம்யூ (விருந்தாளி) போன்றோரைத் தமிழில் முதல் அறிமுகம் செய்தவரும் அவர்தான். சீரிய இலக்கியத்தைப் பொறுத்தவரை அதன் எல்லா வாசல்களி னூடாகவும் இவரால் இயல்பாகவும் இணக்கமாகவும் பேர்வர முடிந்திருக்கிறது. இது அபூர்வம்.

எழுத்தாளராகவே தன் வாழ்வைத் தொடர இளம் வயதிலேயே தீர்மானித்துவிட்ட இவர், கடைசி வரை முழுநேர எழுத்தாளராகப் படிப்பதிலும் எழுதுவதிலுமே நிறைவடைந்தவர். 1928–34 வரை (16 வயதிலிருந்து 22 வயது வரை) எதற்காக எழுதுகிறேன் என்ற சிந்தனை இல்லாமல் ஆங்கிலத்தில் பல கட்டுரைகள் எழுதியதாகக் க.நா.சு. குறிப்பிட்டிருக்கிறார். ஆனால், பின்னாளில் மனைவி, ஒரே மகள் என்ற தன் சிறு குடும்பத்தின் வாழ்க்கைப்பாட்டிற்கான வருமானத்தை

ஆங்கிலப் பத்திரிகைகளில் கட்டுரைகள் எழுதுவதன் மூலமே அடைந்திருக்கிறார். 'தமிழில் நான் எழுத்தாளன்; ஆங்கிலத்தில் பத்திரிகையாளன்' என்று ஒருமுறை குறிப்பிட்டிருக்கிறார். இவ்வாறு இவர் எழுதிய கட்டுரைகள் 15,000 என்று ஒரு தகவல். ஒரு நாளைக்கு 7 பக்கங்கள் எழுதுவதை வழக்கமாகக் கொண்டிருந்தேன் என்று க.நா.சு. ஓரிடத்தில் கூறியிருப்பதை நினைத்துப் பார்த்தால் பிரமிப்பாகத் தானிருக்கிறது. அவருள்ளிருந்து அவரை இயக்கிய சக்தி மகத்தானது.

ஆரம்ப காலத்தில் 'சூறாவளி', 'சந்திரோதயம்' என்ற இதழ்களை நடத்தியபோதிலும் 'எழுத்து' இதழின் எழுத்து முறையில் அதிருப்தியடைந்து அவர் தொடங்கிய 'இலக்கிய வட்டம்' சிற்றிதழ் மரபில் ஒரு புத்தெழுச்சியாக அமைந்தது.

1965இல் க.நா.சு. தன்னுடைய 53ஆவது வயதில் தன் குடியிருப்பை டில்லிக்கு மாற்றினார். கடுந்தவமென முனைப்புடன் செயலாற்றியும் வணிகச் சூழலின் செல்வாக்கு தமிழில் செழித்தோங்கியதில் விரக்தியடைந்து, இந்த மாற்றத்தை அவர் மேற்கொண்டதாகத் தெரிகிறது. 20 ஆண்டுகளுக்குப் பின் 1985இல் அவர் குடியிருப்பை சென்னைக்கு மீண்டும் மாற்றியபோது, முதுபெரும் எழுத்தாளருக்கான அங்கீகாரமும் கௌரவமும் அவரை வந்தடைந்தன. பிற்கால 3 ஆண்டு சென்னை வாழ்க்கையில் பெரும் பத்திரிகைகள் அவர் எழுத்துகளைக் கேட்டு வாங்கி வெளியிட்டன.

குங்குமம், முத்தாரம், தினமணிக்கதிர், துக்ளக் போன்ற பெரும் பத்திரிகைகளில் அவருடைய கட்டுரைத் தொடர்கள் வெளிவந்தன.

சாகித்ய அகாதமி விருது கிடைத்தது.

பாண்டிச்சேரி பல்கலைக்கழகத்தில் கௌரவப் பேராசிரியர் பதவி கிடைத்தது. அச்சமயத்தில் அவரைப் பார்த்தபோது, 75ஆவது வயதில் முதல் முதலாக மாதச் சம்பளம் வாங்கப்போவது பற்றி வேடிக்கையாகக் குறிப்பிட்டார்.

1988இன் மத்தியில் மீண்டும் டில்லி சென்ற க.நா.சு. அவ்வாண்டின் இறுதியில் மறைந்துவிட்டார். க.நா.சு. ஓர் இலக்கிய இயக்கம்.

(புதிய பார்வை, 1996)

சி.சு. செல்லப்பா
காந்தி யுக அர்ப்பணிப்பு

தற்காலத் தமிழிலக்கிய வரலாற்றில் தனித்துவமிக்க தனிப் பெரும் இயக்கம் 'எழுத்து'. சிறுபத்திரிகை என்ற கருத்தாக்கத்துக்கும் அதன் உண்மையான அர்த்தத்துக்கும் செம்மையான வடிவம் கொடுத்த இதழ். தற்காலத் தமிழிலக்கியப் பரப்புக்கு விரிவும் ஆழமும் அமைத்துக் கொடுத்த களம். இவ்வியக்கம் நிர்மாணித்த பரப்பிலிருந்து விரிந்து புதிய எல்லைகளை அகப்படுத்திச் செழுமையுற்றதுதான் அதனைத் தொடர்ந்து இன்றுவரை நீடிக்கும் சிறு பத்திரிகைச் சூழல். 11 வருடங்கள் நீடித்து நிலைபெற்று வலுவான தாக்கத்தை நிகழ்த்திய இவ்வியக்கத்தைக் கட்டமைத்த அபார சக்திதான் சி.சு. செல்லப்பா. காந்தி யுகத்தின் அர்ப்பண உணர்வும் லட்சியப் பிடிவாதமும் வழி நடத்திய வாழ்வு இவருடையது.

சிறுகதை, நாவல், நாடகம், கவிதை, விமர்சனம் என எழுத்தின் பல்வேறு தளங்களிலும் இவர் தன்னை முன்வைத்திருக்கிற போதிலும், காலத்துக்கும் இவருக்குமான உறவில், இவருடைய உயர்ந்த பங்களிப்பானது, 11 ஆண்டு கால 'எழுத்து' இயக்கத்தின் மூலம் ஓர் எழுச்சியை உருவாக்கியதில் தான் தங்கியிருக்கிறது.

'எழுத்து'வை மையமாகக்கொண்ட மூன்று கால கட்டங்களாலேயே இவருடைய இலக்கியப் பாதை வடிவமைக்கப் பட்டிருக்கிறது.

1. 'எழுத்து'க்கு முந்தையது (1933–59)
2. எழுத்து காலம் – அதன் தொடர்ச்சியான செயல் வேகம் (1959–78)
3. பிந்தையது (1978–98)

1912ஆம் ஆண்டு, செப்டம்பர் 29ஆம் தேதி மதுரை மாவட்டம் வத்தலக்குண்டுவில் இவர் பிறந்தார். இவருடைய தந்தை அரசு அதிகாரி. தந்தையின் பணியிட மாற்றலுக்கேற்ப பாளையங் கோட்டை, தூத்துக்குடி, திண்டுக்கல் ஆகிய ஊர்களில் ஆரம்ப, நடுநிலை, உயர்நிலைப் பள்ளிப் படிப்புகளை முடித்தார். மதுரைக் கல்லூரியில் கல்லூரிப் படிப்பு மேற்கொண்டார்.

ஆங்கிலேய அரசு அதிகாரியான தந்தை ஒரு தேசியவாதி. தந்தையிடமிருந்து தேசிய ஊக்கம் பெற்ற இவர் சிறு வயதிலேயே ஊர்வலங்களிலும் கூட்டங்களிலும் தேசியப் பாடல்களைப் பாடியிருக்கிறார் (அப்போது நூறு தேசியப் பாடல்களுக்கு மேல் மனப்பாடம் செய்து வைத்திருந்ததாகக் குறிப்பிடுகிறார்). வீட்டில் ராட்டையில் நூல் நூற்றிருக்கிறார். பின்னர் சத்தியாகிரகத்தில் ஈடுபட்டு சிறையும் சென்றுள்ளார்.

உயர்நிலைப்பள்ளி மற்றும் கல்லூரி விடுமுறை நாட்களில் வத்தலக்குண்டுவிலிருந்த தாய்வழிப் பாட்டி வீட்டுக்குச் சென்ற போது மாமா வீட்டிலிருந்த நூலகத்தில் அன்றைய தமிழ் நாவல் களை ஆர்வத்துடன் படித்திருக்கிறார். இலக்கிய ஆர்வமும் தேசிய உணர்வும் மேலோங்கிய இளம்பருவ நாட்கள் இவருடையவை.

பி.ஏ. தேர்வில் ஆங்கிலப் பாடத்தில் மட்டும் தவறி, அதைப் பலமுறை பல்வேறு ஊர்களில் தங்கிப் படித்து எழுதியும் அப்பாடத்தில் இவரால் தேற முடியவில்லை. (ஆங்கிலத்தின் மீது உள்ளூர கொண்டிருந்த வெறுப்பு இதற்குக் காரணமாக

இருக்கலாமென்று குறிப்பிடுகிறார்.) இக்கால கட்டத்தில் அப்போது வெளி வந்துகொண்டிருந்த வ.ரா.வின் மணிக்கொடி, சங்கு சுப்ரமணியத்தின் சுதந்திரச் சங்கு ஆகிய இதழ்களோடு உறவு ஏற்பட்டு இவருடைய படைப்பாக்கச் செயல்பாடு தொடங்கியது. 'சுதந்திரச் சங்கு' வாரப் பதிப்பில் இவருடைய முதல் சிறுகதை 'மார்கழி மலர்' பிரசுரமாவதிலிருந்து இவருடைய இலக்கிய வாழ்வு மலர்கிறது. பின்னர் பி.எஸ். ராமையாவின் மணிக்கொடி முதல் இதழில் 'சரஸாவின் பொம்மை' வெளிவந்து கவனம் பெறுகிறது. வத்தலக்குண்டுவைச் சேர்ந்த பி.எஸ். ராமையாவுடன் ஏற்பட்ட உறவும் நெருக்கமும் பத்திரிகைப் பணிமூலம் வாழ்வை நகர்த்துவதற்கான விருப்பத்தை ஏற்படுத்துகிறது. 1937இல் சென்னை வாசத்தை மேற்கொண்ட இவர், பல்வேறு பத்திரிகைகளில் அவ்வப்போது பணிபுரிவதும், வேலையை இழக்கும் தருணங்களில் வத்தலக்குண்டு சென்றுவிடுவதுமாக வாழ்வை நகர்த்தியிருக்கிறார். இக்கால கட்டத்தில் 6 ஆண்டுகள் (1947–53) தினமணிக்கதிரில் பணியாற்றியதுதான் ஒரு நீடித்த கால வருமானமிக்க பணி. மணிக்கொடி சிறுகதையாளர்களில் ஒருவராகக் கவனம் பெற்று அநேக கதைகள் இச்சமயத்தில் பிரசுரமாகியிருக்கின்றன. எனினும் சி.சு. செல்லப்பாவின் படைப்பு வாழ்வில் படைப்பெழுச்சிமிக்க சிறந்த படைப்பு 'வாடிவாசல்' என்ற நெடுங்கதை மட்டுமே.

1959ஆம் ஆண்டு ஜனவரியில் 'எழுத்து' முதல் இதழ் வெளிவருகிறது. தற்காலத் தமிழிலக்கியத்தில் மறுமலர்ச்சியும், செல்லப்பாவின் இலக்கிய வாழ்வில் புத்தெழுச்சியும் நிகழ்கிறது. க.நா.சு.வின் ஆசிரியப் பொறுப்பில் இரண்டாண்டுகள் (1945&47) வெளிவந்த 'சந்திரோதயம்' இதழில் இணைந்து செல்லப்பா பணியாற்றியபோது, க.நா.சு.வின் பாதிப்பில் செல்லப்பாவுக்கு விமர்சன ஈடுபாடு ஏற்பட்டது. நாளடைவில் அது வளர்ந்து, தமிழ்ச் சூழலில் விமர்சனத்தின் தேவையை வெகுவாக உணர்ந்ததில் விமர்சனத்துக்ன்றே செல்லப்பா உருவாக்கிய இதழ்தான் 'எழுத்து'. க.நா.சு.விடமிருந்து விமர்சன ஆர்வத்தைப் பெற்றபோதிலும் க.நா.சு.வின் ரசனை வழி தர நிர்ணய விமர்சன முறையை செல்லப்பா நிராகரித்தார். ஆங்கில விமர்சன நூல்களைத் தீவிரமாக வாசித்த இவர், படைப்பின் மேன்மையை முன்வைக்க பகுப்பாய்வு முறையே உகந்தது என்று அதை மேற்கொண்டார். 'எழுத்து'வில் செல்லப்பா அதிகமும் விமர்சனக் கட்டுரைகளே எழுதினார்.

விமர்சனத்துக்கென்று ‘எழுத்து’ தொடங்கப்பட்டபோதிலும் தற்செயல் நிகழ்வாக புதுக்கவிதை ஊடகத்துக்கான தளமாகவும் அது அமைந்தது. புதுக்கவிதைகளும் புதுக்கவிதை பற்றிய கட்டுரை களும் இடம் பெறலாயின. தமிழ் இலக்கியப் பரப்பில் புதுக்கவிதை அலை எழுந்தது. அலை வீச்சின் தொடக்கத்திலேயே புதுக் கவிதையின் சிறந்த படைப்புகள் வெளிவரத் தொடங்கின. தர்மு சிவராம், பசுவய்யா, தி.சோ. வேணுகோபாலன், சி. மணி, நகுலன், எஸ். வைத்தீஸ்வரன் போன்ற கவிஞர்கள் வெளிப்பட்டனர். செல்லப்பாவும் புதுக்கவிதை பற்றிய கட்டுரைகளோடு புதுக்கவிதைகளும் எழுதினார்.

விமர்சனத்துறையில் வெங்கட் சாமிநாதன், தர்மு சிவராம் என்ற புதுக்குரல்கள் ‘எழுத்து’ மூலம் உரத்து ஒலித்தன. ந.முத்துசாமி சிறந்த சிறுகதையாளராக ‘எழுத்து’ மூலம் வெளிப்பட்டார்.

11 ஆண்டுகள் லட்சிய முனைப்போடும் பிடிவாதத்தோடும் இதழை நடத்திய சி.சு. செல்லப்பாவுக்கு அதனால் ஏற்பட்ட பொருள் இழப்பு கட்டுக்கு அடங்காதது. அர்ப்பண உணர்வும் லட்சியப் பிடிப்புமே அவ்வளவு காலம் தாக்குப்பிடிக்க வைத்திருக் கிறது. “என் வாழ்க்கைப் பாதையில் முன்பாதியில் தேசத்துக்காக, பின்பாதியில் இலக்கியத்துக்காக” என்று இதைச் சாதாரணமாக இவரால் ஏற்றுக்கொள்ள முடிகிறது.

‘எழுத்து’ இதழ் தொடங்கி நடந்து கொண்டிருக்கும்போதே, 1962இல் ‘எழுத்து பிரசுரம்’ தொடங்கி புத்தக வெளியீட்டிலும் ஈடுபட்டார். 1970இல் எழுத்து இதழ் நின்ற பிறகும் 77 வரை புத்தக வெளியீடு தொடர்ந்தது. 50 புத்தகங்கள் இதன்மூலம் வெளிவந்தன. இச்சமயத்தில் 60 வயதைக் கடந்த மெலிந்த தேகத்தோடு 2 துணிப்பைகள் நிறையப் புத்தகங்களை கைக்கு ஒன்றாகச் சுமந்து கொண்டு கல்லூரிகளும் பல்கலைக்கழகங்களும் ஏறி இறங்கினார். ஆசிரியர்களிடமும் மாணவர்களிடமும் புதுக்கவிதை பற்றியும் நவீன தமிழ் இலக்கியம் பற்றியும் பேசினார். பழமைப் பிடிப்பும், தற்கால இலக்கியம் பற்றிய உதாசீனப் போக்கும், படைப்பு மனோபாவமற்ற வறட்சியும் நிலவிய தமிழ்த்துறை வளாகங்களில் இவருடைய உரத்த குரல் எதிரொலிக்கத் தொடங்கியது. பல்கலைக்கழகங்கள் மற்றும் கல்லூரிகளின் தமிழ்ப் பாடத்திட்டங்களில் தற்காலத் தமிழ் இலக்கியத்தின் செறிவான பகுதிகளும் இடம் பெறத் தொடங்கின.

18 ஆண்டு காலம் (1959–77) இவருடைய இலக்கிய வாழ்வில் உத்வேகமிக்கது. கடும் உழைப்பும் அசுர வேகமும் கூடியது.

தற்காலத் தமிழிலக்கியம் இதனால் பலம் பெற்றது. இக்கால கட்டத்தில் இவருடைய படைப்பு வேகம் மட்டுப்பட்டது. சில சிறுகதைகள், 'ஜீவனாம்சம்' நாவல், 'முறைப் பெண்' நாடகம், சில கவிதைகள், 'நீ இன்று இருந்தால்' (காந்தி பற்றிய குறுங்காவியம்) ஆகியவை வெளியாகின.

"என் இலக்கியப் படைப்புப் பாதையில் விமர்சனமும் புதுக் கவிதையும் குறுக்கிட்டு என் படைப்புப் போக்கைப் பின்தள்ளி விட்டாலும் இலக்கியப் பாதை விரிவானதுதான் எனக்குக் கிடைத்த புது லாபம்" என்கிறார் சி.சு. செல்லப்பா.

18 ஆண்டுக் கால கடும் யாத்திரைக்குப் பின்னர் 1978 ஜனவரியில் 40 ஆண்டு கால சென்னை வாசத்தை முடித்துக் கொண்டு வத்தலக்குண்டு சென்றார். ஆறு ஆண்டு காலம் அங்கிருந்துவிட்டு இலக்கியத் தனிமை உணர்வு மேலிட மீண்டும் 84இல் சென்னை வந்தார். அதன் பின் சென்னையிலும், வங்கியில் பணிபுரியும் ஒரே மகனின் குடும்பத்தோடு சேர்ந்து மதுரையிலும் பெங்களூரிலும் வசித்தார். கடைசி காலத்தில் மனைவியோடு தனியே சென்னையில் திருவல்லிக்கேணியில் வசித்தார். 18.12.98 அன்று, 86ஆவது வயதில் காலமானார்.

கடைசி 20 அண்டுகளாக, அதற்கு முந்தைய கால இலக்கிய அனுபவங்கள் சார்ந்து தனித்து ஒதுங்கி செயல்பட்டுக் கொண்டிருந்தார். இக்காலகட்டத்தில் 'எழுத்து' அனுபவங்கள் பற்றியும், மணிக்கொடி படைப்பாளிகள் பற்றியும், பி.எஸ். ராமையா, பிச்சமூர்த்தி பற்றியும், தன் சிறுகதை பாணி பற்றியும் புத்தகங்கள் எழுதியிருக்கிறார்.

மேலும், இக்காலகட்டத்தில் 'சுதந்திர தாகம்' என்றொரு நாவலை 2200 பக்கங்களில் சுதந்திர இயக்கம் குறித்து எழுதி முடித்தார். 'சுதந்திர தாகம்' நாவல், விளக்கு வெளியீடாக 3 தொகுதிகளாக வெளிவந்தது. இறுதிவரை, ஓயாது சலிக்காது உழைத்தவர். தற்காலத் தமிழிலக்கியத்தைப் பெருமிதப்படுத்தியவர். நாம் பெருமைப்பட வேண்டியவர்.

(புதிய பார்வை, 1996)

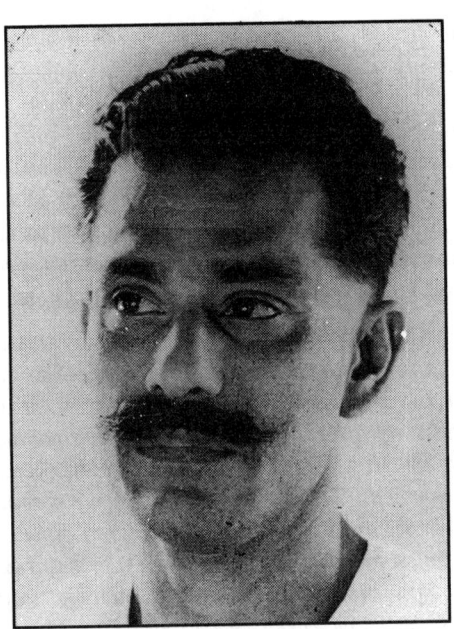

ஜி. நாகராஜன்
புது வெளிச்சம்

நவீன தமிழ்ப் புனைகதை இலக்கியப் பரப்பில் ஜி. நாகராஜனின் எழுத்து தனிப் பிராந்தியம். தன் கால வாழ்வோடு கொண்ட தீர்க்கமான, இயல்புணர்வோடு திளைத்த உறவில் அவருடைய படைப்பு மனம் உருவாக்கிய பிராந்தியம். மனிதனின் இயல்புணர்வுகளைக் கொண்டாடிய மனத்திலிருந்து விரிந்த பிராந்தியம். சமூகக் கட்டுப்பாடுகளும் அழுத்தங்களும் அதன் சம்பிரதாய ஒழுக்க நியதிகளும் பாலியல் கட்டுப்பாடுகளும் வாழ்வின் சிறகுகளைக் கத்தரித்து யந்திரரீதியான இயக்கத்தைக் கட்டமைத்திருக்கும் நிலையில் படைப்பு மனத்தின் அடிப்படையான சுதந்திர வேட்கை யிலிருந்து உருவாகியிருக்கும் கலைப் பிராந்தியம். சமூகத்தின் நெறிப்படுத்திய இலக்குகளைப் பூர்த்தி செய்வதல்ல படைப்பாளியின் பணி. மாறாக, வாழ்வின்

இயல்பான பூரண மலர்ச்சிக்கான கனவை வசப்படுத்துபவன் அவன். நிலவும் மதிப்பீடுகளை உதாசீனப்படுத்துவதிலிருந்தும் நிர்மூலமாக்குவதிலிருந்துமே வாழ்வின் இயல்பான மலர்ச்சிக்கான ஆக்கப் பாதை விரிகிறது. வாழ்வின் மீதான சகல பூச்சுகளையும் வழித்துத் துடைத்து வாழ்வை நிர்வாணமாக நிறுத்தி அதன் இயல்பான அழகுகளிலிருந்து தனதான தார்மீக நெறிகளைப் படைப்பிக்கும் மனமே கலை மனம். பூச்சுகளில் சவ விகாரங்களையும் நிர்வாணத்தில் உயிர்ப்பின் அழகுகளையும் கண்ட படைப்பு மனம் ஜி. நாகராஜனுடையது.

சமூகம் மற்றும் ஒழுக்கம் சார்ந்த தீர்மானங்களும் கட்டுப்பாடுகளும் அழுத்தங்களும் தனிமனித வாழ்வின் எழுச்சியையும் வீர்யத்தையும் காயடிக்கும் வன்முறையாகிவிட்ட நிலையில் தனிமனிதனின் முழுமையான பூரணத்துவ வாழ்வைக் கோஷிக்கும் குரல் நீட்ஷேயிடமிருந்து எழுந்தது. பாலியல் கட்டுப்பாடுகள் மனித மனத்தில் அரும்பும் மொக்குகளைக் கருக்கும் நிலையில் ஏற்படும் விபரீதங்களை ஃப்ராய்டின் குரல் மொழிந்தது. இலட்சியவாதத்தின் பெயரால் தன்னியல்பான, படைப்புரீதியான தனிமனித வாழ்வின் குரல்வளை திருகப்பட்டிருப்பது அறியப்பட்டது. தனிமனிதனின் மெய்யான உணர்வுகளை வசப்படுத்துவதன் மூலம் வாழ்வின் உண்மையை அகப்படுத்தும் முனைப்போடு மேலை கலை, இலக்கியப் படைப்பாளிகள் விந்தையான கனவுப் பிரதேசத்துக்குள் பிரவேசிக்கத் தலைப்பட்டனர். காரண காரிய ரீதியான தர்க்கங்களின் தளைகளிலிருந்து விடுபட்ட சுதந்திரமான கனவுலகு குறித்தும், மாயப்புதிர் அனுபவ உலகம் குறித்துமான வேட்கை படைப்பு மனங்களிடம் உருப்பெற்றது. தமிழில் இலட்சியவாதத்துக்கு எதிரானதும், தனிமனித இயல்புணர்ச்சிகள் சுயமாக வெளிப்படுவதன் மூலம் வாழ்வின் அழகு பூரணமாக விரிவதைக் கொண்டாடுவதுமான முதல் தீர்க்கமான குரல் ஜி. நாகராஜனுடையது. இதில் சிறப்பு என்னவென்றால், கனவுலகின் சுதந்திரத்தில் மலரும் தனிமனித இயல்புணர்வுகளை அகப்படுத்துவதன் மூலமே மெய்மையை அறிய முடியுமென்று உணர்ந்து மேலைக் கலைஞர்கள் பிரயாசைப்பட்டபோது ஜி. நாகராஜன் விளிம்புநிலை மனிதர்களிடம் இயல்புணர்வுகள் சுபாவமாக மொக்கவிழ்வதைக் கண்டதும் அவ்வுலகைப் படைப்பித்ததும்தான். விலைப் பெண்கள், 'அத்தான்'கள், உதிரிகள் இவருடைய படைப்புலகை வடிவமைத்தனர்.

1929ஆம் ஆண்டு செப்டம்பர் 1ஆம் தேதி, தாயாரின் ஊரான மதுரையில் 7ஆவது குழந்தையாகப் பிறந்தார். தந்தை கணேச அய்யர், வக்கீல். அவர் பல ஊர்களில் தொழில் புரிந்து கடைசியில்

பழனியில் நிலைத்தார். சிறு வயதில் தாயை இழந்த நாகராஜன் ஆரம்ப வருடங்களில் மதுரையில் தாய்வழிப் பாட்டி வீட்டிலும் பின்னர் திருமங்கலத்தில் தாய்மாமன் வீட்டிலும் வளர்ந்தார். இடையில் தந்தையார் அவரைத் தம்மிடம் அழைத்துக்கொண்டு பாடங்களைத் தாமே சொல்லிக் கொடுத்தார். 8, 9ஆம் வகுப்புகளை திருமங்கலம் நாடார் உயர்நிலைப் பள்ளியில் மீண்டும் மாமா வீட்டில் தங்கிப் படித்தார். மறுபடியும் பழனி சென்று 10, 11ஆம் வகுப்புகளை எம்.ஹெச். பள்ளியில் படித்தார். படிப்பில் படுசூட்டிகையான இவர் வகுப்பில் எப்போதும் முதல் மாணவனாகவே இருந்திருக்கிறார். கல்லூரிப் படிப்பை மதுரையில் மதுரைக் கல்லூரியில் மேற்கொண்டார். அப்போது கணிதத்தில் 100 சதவீத மதிப்பெண் பெற்று சி.வி. ராமனிடமிருந்து தங்கப்பதக்கம் பெற்றிருக்கிறார்.

பட்டப் படிப்பு முடிந்ததும் காரைக்குடி கல்லூரியில் ஒரு வருடம் வேலை பார்த்தார். பின் சென்னையில் ஏ.ஜி. அலுவலகத்தில் ஓராண்டு பணி புரிந்தார். கல்விப் பணியில் அவருக்கிருந்த இயல்பான நாட்டம் காரணமாக, அவ்வேலையை உதறிவிட்டு மதுரை அமெரிக்கன் கல்லூரியில் விரிவுரையாளராகச் சேர்ந்தார். இக்காலத்தில்தான் கம்யூனிச இயக்கத்தோடும் இலக்கியத்தோடும் அவருக்குத் தொடர்பு ஏற்பட்டது. கம்யூனிச இயக்கத்தில் தன்னைத் தீவிரமாக இவர் வெளிப்படுத்திக் கொண்டதை அடுத்து கல்லூரி நிர்வாகம் இவரை வேலையிலிருந்து நீக்கியது.

இதன் பிறகு, திருநெல்வேலி வந்து பேராசிரியர் நா. வானமாமலை நடத்திய தனிப்பயிற்சிக் கல்லூரியில் ஆசிரியராகச் சேர்ந்தார். கட்சிப் பணிகளிலும் தீவிர முனைப்பு காட்டினார். இக்காலத்தில்தான் படைப்பாக்கத்திலும் தீவிரமாக ஈடுபட்டார். நெல்லையில் 4 ஆண்டுகள் அவர் பணி தொடர்ந்தது. போதையும் விலைமாதர் நட்பும் அவரிடம் உறவு கொள்ளத் தொடங்கியதும் இக்காலத்தில்தான். அவருடைய நடத்தைகள் கட்சியில் அதிருப்தியை ஏற்படுத்தியபோது அவர் கட்சி அமைப்பிலிருந்து தாமாகவே ஒதுங்கிக்கொண்டு மதுரை வந்து சேர்ந்தார்.

கம்யூனிசக் கட்சி ஈடுபாடுகள் கொண்டவரும் நண்பருமான பேராசிரியர் சங்கர நாராயணன் மதுரையில் நடத்திவந்த 'மாணவர் தனிப்பயிற்சிக் கல்லூரி'யில் (எஸ்டிசி) ஆசிரியரானார். இக்காலத்தில் சிறந்த ஆசிரியராக அவர் மதிப்பு உயர்ந்திருந்தது. இச்சமயத்தில்தான் உடன் பணியாற்றிய நண்பரொருவரின் ஏற்பாட்டின்படி ஆனந்தி என்ற பெண்ணை 1959இல் மணம்

நடைவழிக் குறிப்புகள் ♦ 89

புரிந்தார். மணமான நான்காவது மாதம் ஆனந்தி இறந்துபோனார். 1962ஆம் ஆண்டு நாகலட்சுமி என்ற பள்ளி ஆசிரியையை மணமுடித்தார். இத்திருமண உறவில் கண்ணன், ஆனந்தி என்ற 2 குழந்தைகள் அவருக்கு இருக்கிறார்கள். இத்திருமணம் முடிந்த சில மாதங்களில் ராணுவத்தில் சேர்ந்தார். இவருடைய கம்யூனிசக் கட்சி உறவு வெளிப்படவே ராணுவத்திலிருந்து திரும்பினார்.

மதுரை வந்து கல்லூரிகளில் வகுப்பெடுக்கத் தொடங்கினார். அவருடைய பிரபல்யம், சொந்தமாகத் தனிப்பயிற்சிக் கல்லூரி ஒன்றைத் தொடங்க வைத்தது. அது வெற்றி பெறவில்லை. மீண்டும் எஸ்.டி.சி., வி.டி.சி., போன்ற தனிப்பயிற்சிக் கல்லூரிகளில் வகுப்பெடுத்தார். எந்த ஒன்றிலும் நின்று நிலைக்க முடியாமல் மாறிமாறி முயற்சிகள் மேற்கொண்டார். 70களின் ஆரம்பம் வரை இது தொடர்ந்தது. சென்னையில் யுனெஸ்கோ திட்டத்தின்கீழ் சில மாதங்களும், மதுரை காந்தி மியூசியத்தில் சில மாதங்களும் பணி புரிந்தார்.

70களின் ஆரம்ப வருடங்களுக்குப் பிறகு, இவர் எந்த வேலையும் பார்க்கவில்லை. நாடோடி வாழ்க்கை தேர்வாகவோ, நிர்ப்பந்தமாகவோ, சுபாவமாகவோ, ஆழ்மன விழைவாகவோ இவரை வந்தடைந்தது.

1981ஆம் ஆண்டு பிப்ரவரி 19ஆம் தேதி மதுரை அரசு பொது மருத்துவமனையில் மரணமடைந்தார்.

தீவிரமான செயல்பாடுகள் கொண்டிருந்த காலத்தில் 'பித்தன் பட்டறை' என்ற பெயரில் பதிப்பகமொன்றைத் தொடங்கி தன்னுடைய புத்தகங்களை வெளியிட்டார். 'நாளை மற்றுமொரு நாளே,' 'குறத்தி முடுக்கு' என்ற இரு நாவல்களும், 'கண்டதும் கேட்டதும்' சிறுகதைத் தொகுதியும் இவ்வகையில் வெளிவந்தன. கடைசி ஏழெட்டு ஆண்டு கால நாடோடி வாழ்க்கையில் ஒரே ஒரு சிறுகதை மட்டுமே எழுதியிருக்கிறார்.

1969இல் என் 17ஆவது வயதில் ஜி.நாகராஜனிடம் நான் மாணவனாக இருந்தேன். பி.யூ.சி.யில் மூன்றாம் பாடத்தில் தவறி, மதுரையில் பிரசித்தி பெற்ற மாணவர் தனிப்பயிற்சிக் கல்லூரியில் சேர்ந்து படித்தபோது கணிதப் பாடமெடுத்த ஆசிரியர் ஜி.நாகராஜன். அப்போது ஒரு லட்சிய மனிதனாக என் மனதில் அவர் இடம் பிடித்திருந்தார். கம்பீரமும் பொலிவும் கூடி முயங்கிய வசீகரத் தோற்றம். உடல் பயிற்சிகளினால் திண்மம்

பெற்ற உடல்வாகு. தன்னம்பிக்கை மிளிரும் முகம். ஒவ்வொரு அசைவிலும் அணுகுமுறையிலும் பாந்தமாக வெளிப்படும் லயம். அவரைப் போல் ஆகவேண்டும் என்று என் லட்சிய மனிதனாக அவரை ஸ்வீகரித்திருந்தேன். நாலு முழ அகலக் கரை வேட்டியிலும் வெள்ளை ஜிப்பாவிலும் படுசுத்தமாக எப்போதும் தோற்றமளிப்பார். நடக்கும்போது வலது கை நடுவிரலுக்கும் சுட்டுவிரலுக்குமிடையே சதா கனலும் சார்மினார் சிகரெட். இடது கை நடுவிரலும், சுட்டுவிரலும் சிறு கத்திரி போல் அமைந்திருக்க, அவற்றின் இடுக்கில் வேட்டியின் பின்புற நடுமுனையை உயர்த்திப் பிடித்தபடி நடக்கும் லாவகத்தை அதிசயித்துப் பார்த்தபடி இருந்திருக்கிறேன். பின்னாளில் நான் வேட்டி கட்டத் தொடங்கியபோது அதே பாணியில் நடந்து பெருமிதம் கொண்டிருந்தேன்.

அதன்பிறகு 5 ஆண்டுகள் கழித்து – 1975 வாக்கில் – அவரைப் பார்த்தபோது தோற்றம் குலைந்து, நலம் குன்றியவரைப் போலிருந்தார். இப்போது நானும் கொஞ்சம் எழுதத் தொடங்கி விட்டிருந்தேன். சிறு பத்திரிகைகளோடும், பிடித்த எழுத்தாளர்களோடும் நட்பு ஏற்படத் தொடங்கியிருந்தது. தருமு சிவராமுவோடு எனக்கு ஏற்பட்டிருந்த கடிதத் தொடர்பின் தொடர்ச்சியாக அவர் மதுரை வந்திருந்த சமயமது. நண்பர் குமாரசாமியின் பெரியநாயகி அச்சக மாடி அறையில் சிவராமு தங்கியிருந்த நாட்களில் ஒருமுறை நாகராஜன் அங்கு வந்தார். என் லட்சிய ஆண்மகன் பிம்பமாக இருந்த அவரை சில ஆண்டு இடைவெளிக்குப் பின் பார்த்த போதிருந்த தோற்றம் வேதனையானது. உடல் தளர்ந்துவிட்டிருந்தது. தயக்கம் சூடியிருந்தது முகம். அசைவிலும் அணுகுமுறையிலும் நிச்சயமற்ற தன்மை படர்ந்திருந்தது. அவருடைய அபாரமான நினைவாற்றல் மட்டும் எப்போதுமே கடைசி நாள் வரை பிரமிப் பூட்டுவதாகத் தான் இருந்திருக்கிறது. அந்த சந்திப்பில், “நீ என் மாணவன் தானே” என்று கேட்டதிலிருந்து எண்ணற்ற உதாரணங்கள்.

இதற்குப் பின்னர் ஓரிரு தற்செயலான சந்திப்புகள் நிகழ்ந்த போதிலும், அடுத்த 5 ஆண்டுகளுக்குப் பின்னர், 1980இல்தான் அவரோடு நெருங்கிப் பழக நேர்ந்தது. அவருடைய மரண நாள் வரை இது நீடித்தது. ஒரு வங்கிக் கிளை நண்பர்களைப் பார்க்க அவர் அவ்வப்போது வந்து கொண்டிருந்த சமயமது. நானும் அங்கு அடிக்கடி போய்க் கொண்டிருந்தேன். இச்சமயத்தில் அவர் உடல் ஒடுங்கிப் போய் விட்டிருந்தது. மருத்துவமனையில் சேர்ந்து கொள்கிறீர்களா? என்று நண்பர்கள் வற்புறுத்தியபோதெல்லாம் பிடிவாதமாக மறுத்துவிட்டார். அவர்மீது மதிப்பு கொண்டிருந்த

'வெற்றி தனிப்பயிற்சிக் கல்லூரி' முதல்வர் அவர் தங்க கல்லூரி விடுதியில் சிறு அறை ஒன்றை ஏற்பாடு செய்திருந்தார்.

இச்சமயத்தில் ஒருநாள் வங்கிக்கு வந்த நாகராஜன் தன்னை மருத்துவமனையில் சேர்க்கும்படி நண்பர் சிவராமகிருஷ்ணனிடமும் என்னிடமும் கூறினார். சிவராமகிருஷ்ணன் தனக்குத் தெரிந்த மருத்துவர் மூலம் அரசு பொதுமருத்துவமனையில் அவரைச் சேர்க்க ஏற்பாடுகள் செய்யத் தொடங்கினார். மறுநாள் அவரை மருத்துவமனைக்கு அழைத்துப் போகவிருப்பதைத் தெரிவிப்பதற் காக அதற்கு முதல் நாள் இரவு வி.டி.சி.யில் அவர் தங்கியிருந்த அறைக்குச் சென்று, நானும் சிவராமகிருஷ்ணனும் வெகுநேரம் அவரிடம் பேசிக்கொண்டிருந்தோம்.

மறுநாள் காலை, 1981 பிப்ரவரி 18ஆம் தேதி, அவரை மருத்துவமனைக்கு அழைத்துச் சென்று, எல்லாப் பரிசோதனை களும் முடிந்து வார்டில் சேர்த்தோம். மீண்டும் சாயந்தரம் 5 மணி போல் சிவராமகிருஷ்ணனும், நானும் அவரைப் போய்ப் பார்த்தோம். அன்று அவர் பேசிய பேச்சுகளை இன்னொரு சந்தர்ப்பத்தில் பதிவு செய்யக் கூடுமென நம்புகிறேன். பேசிக் கொண்டிருந்தபோது கழிவறை போக வேண்டுமென்றார். எழுந்து நடக்க வெகுவாக சிரமப்பட்டார். சிவராமகிருஷ்ணனும் நானும் கைத்தாங்கலாக அழைத்துப் போனோம். அவரால் உட்காரக்கூட முடியவில்லை. தாள முடியாத அவஸ்தை. கழிவிரக்க வசப்பட்ட வராக, "கடவுளே, உன்னிடம் என்னைச் சீக்கிரம் அழைத்துக் கொள்" என்று வாய் விட்டுக் கதறி அழுதார். அன்று இரவு அவரைத் தொடர்ந்து பராமரிப்பது குறித்து பல வழிமுறைகளை யோசித்தோம்.

மறுநாள் காலை ஃபிளாஸ்கில் காபியோடு போனபோது, அவர் உறங்கிக்கொண்டிருப்பதாக நினைத்தோம். ஆனால் அவர் இறந்து விட்டிருந்தார். ஒருமுறை "சாவும் அதை எதிர்கொள்ள மனிதன் தன்னை தயார்படுத்திக் கொள்ளும்போதே வரும்" என்றார். சாவை எதிர்கொள்ள அவர் தன்னைத் தயார்படுத்திக் கொண்ட தருணமாக அந்த இரவு அமைந்துவிட்டது. மனித இனம் போரில் மாண்டுகொண்டிருப்பது பற்றி அன்றிரவு வேதனையுடன் பேசினார். அந்த இரவில் அவரைக் குளிர் மிகவும் வாட்டியது. "குளிருது, ரொம்பக் குளிருது" என்றவர், "சிதைக்குள் பதுங்கிக் கொண்டு அந்த நெருப்பில்தான் இந்தக் குளிரை போக்க வேண்டும்" என்றார்.

———

(புதிய பார்வை, 1996)

ப. சிங்காரம்
அறியப்படாத படைப்பு மேதை

படைப்புக்காகப் படைப்பாளி அங்கீகரிக்கப் படாமல் படைப்பாளிக்காகப் படைப்பு ஏற்கப்படும் துரதிர்ஷ்ட நிலை ஒரு சாபக்கேடு போல் நம்மைத் தொடர்ந்து பீடித்து வருகிறது. அதிகாரம், செல்வாக்கு, நட்பு, அரசியல், போன்ற பல குறுக்கீடுகளால் படைப்பு தீர்மானிக்கப்படுவது விபரீதம்.

'புயலிலே ஒரு தோணி' போன்ற ஒரு சிறந்த படைப்பைத் தந்த படைப்பாளியான ப. சிங்காரம் பல காலமாகச் சற்றும் பொருட்படுத்தப்படாமல் அசட்டையாக ஒதுக்கப்பட்டிருப்பது நமது கலை இலக்கிய அக்கறைகளை, சூழலைக் கேலிக் குள்ளாக்குகிறது.

சற்றும் பொருட்படுத்தத் தகுதியில்லாத படைப்புகள் ஆரவாரமாக வரவேற்கப்படுவதும், மிக முக்கியமான படைப்பு களைக்கூட இறுகிய மௌனத்துடன் உதாசீனப்படுத்துவதும் ஆரோக்கியமற்ற சூழலின் அடையாளங்களன்றி வேறென்ன. எழுத்தாளன் என்பவன் எழுதுபவன் என்று சிங்காரம் எழுதிய தோடு ஒதுங்கியிருந்துவிட்டதுதான் பிரச்சனையே. ஆனால் ஒரு படைப்பாளியின் மிகச் சரியான செயல்பாடு அதுவன்றி வேறென்னவாக இருக்க முடியும். இலக்கிய உறுப்பினர் என்ற அடையாள அட்டை பெற்று வலம் வருவது அவன் வேலையாக இருக்க முடியாது.

சிவகங்கை மாவட்டம், திருப்பத்தூர் வட்டத்தைச் சேர்ந்த சிங்கம்புணரியில் கு. பழனிவேல் நாடார் – உண்ணாமலை அம்மாள் தம்பதியருக்கு மூன்றாவது மகனாக 12.9.1920இல் சிங்காரம் பிறந்தார். சிங்கம்புணரி தொடக்கப்பள்ளியில் ஆரம்பக் கல்வியும் மதுரை செயின்ட் மேரிஸ் உயர்நிலைப்பள்ளியில் பள்ளிப் படிப்பும் மேற்கொண்டார்.

தன்னுடைய 18ஆவது வயதில் இந்தோனேசியாவின் மைடானுக்கு சின்னமுத்துப் பிள்ளை என்பவருடைய கடைக்குப் பணியாளாகச் சென்றார். பின்னர் 1940இல் இந்தோனேசிய அரசின் மராமத்துத் துறையில் பணியாற்றினார். இச்சமயத்தில் தென் கிழக்காசிய யுத்தம் மூண்டது. யுத்தம் முடிந்ததும் இந்தோனேசிய இராணுவ அரசின் அனுமதி பெற்று, பினாங்குக்குக் கப்பலில் சரக்குகள் அனுப்பும் வர்த்தகத்தைச் சில தமிழர்களுடன் சேர்ந்து செய்திருக்கிறார்.

யுத்த காலத்தில் இந்தோனேசியாவை ஜப்பான் துருப்பு கைப் பற்றியபோது அங்கிருந்த நூலகம் சூறையாடப்பட்டிருக்கிறது. புத்தகங்கள் தெருவில் வாரிக் கொட்டப்பட்டிருக்கின்றன. இச் சந்தர்ப்பத்தில் நூலகத்தில் பணியாற்றிய நண்பர் மூலம் சிங்காரத் துக்குப் பல புத்தகங்கள் கிடைத்திருக்கின்றன. ஆங்கில நாவல் வாசிப்பு அப்போது அவருக்கு ஏற்பட்டிருக்கிறது. அமெரிக்க எழுத்தாளர் ஹெமிங்வேயின் யுத்த பின்னணியிலான நாவல்கள் அவரைப் பெரிதும் ஈர்த்திருக்கின்றன. இதுவே அவர் நாவல்கள் எழுதத் தூண்டுதலாகவும் அமைந்திருக்கிறது. அவரை வெகுவாகப் பாதித்த உலக எழுத்தாளர் ஹெமிங்வே.

இந்தோனேசியாவில் தொழில் புரிந்துகொண்டிருந்த கால கட்டத்தில் சிங்காரத்துக்குத் திருமணம் ஆகியிருக்கிறது.

இத்திருமணம் குறித்து எவ்வித விபரமும் தெரியவில்லை. முதல் பிரசவத்தின்போது மனைவியும் குழந்தையும் இறந்துவிட்டனர். வாழ்க்கை அவர்மீது நிகழ்த்திய மூர்க்கமான தாக்குதல் இது. இதனைத் தொடர்ந்து, 1946இல் இந்தியா திரும்பிய அவர், வாழ்நாள் முழுவதும் ஒரு தனிமைத் தீவைத் தன்னைச் சுற்றி அமைத்துக்கொண்டு வாழ்ந்திருக்கிறார்.

1947இல் மதுரையில் தினத்தந்தி செய்திப் பிரிவில் வேலைக்குச் சேர்ந்து, 30 ஆண்டு காலப் பணி முடித்து 1987இல் ஓய்வு பெற்றார். அவர் வாழ்நாளின் கடைசி சில மாதங்கள் தவிர, மதுரை ஒய்.எம்.சி.ஏ. கட்டிடத்தில் 50 ஆண்டுகள் தனிவாசம் புரிந்தார். 1997ஆம் ஆண்டின் பிற்பாதியில், ஒய்.எம்.சி.ஏ நிர்வாகத்தின் கெடுபிடிகளை அடுத்து, நாடார் மேன்சனில் தங்கியிருக்கிறார். அவர் வாழ்வின் கடைசி 2 ஆண்டுகளின்போது இதயநோய் பாதிப்பால் சிரமப்பட்டார். 30.12.1997 அன்று காலமானார். தன் வாழ் நாளின் மொத்த சேமிப்பான 7 லட்சத்தை ஏழை மாணவர்களின் கல்வி வளர்ச்சிக்கென்று நாடார் மகாஜன சங்கத்துக்கு அளித்துவிட்டார்.

ப.சிங்காரத்தின் முதல் நாவல், 'கடலுக்கு அப்பால்' தமிழ் நாவல் பரப்பில் குறிப்பிடத்தகுந்தது. புலம் பெயர்ந்த அந்நியச் சூழலில் தமிழர் வாழ்வை அகப்படுத்திய முதல் நாவல். அடுத்த நாவலான 'புயலிலே ஒரு தோணி' அபாரமான படைப்பு. முதல் நாவலில் ஒரு அழகிய காதல் கதைக்குக் களமாக இருந்த அந்நியச் சூழலை, காலத்தின் நிலப்பரப்பின் வாழ்நிலைகளின் விரிந்த தளத்தில் முழுமையாக எதிர்கொண்ட நாவல், புயலிலே ஒரு தோணி.

இரண்டாம் உலக யுத்த கால வரலாற்றைப் படைப்புலகின் தளத்தில் முழுமையாகக் கைப்பற்றியது. புலம் பெயர்ந்த நாட்டில் இருப்பும், தாய் மண்ணின் ஏக்க அழைப்பும், யுத்த கால நெருக்கடிகளும், காலம் மனிதனுக்கு இடும் கட்டளைகளுக்குத் தன்னை ஒப்புக்கொடுக்கும் மனோபாவங்களும் என ஒரு கால கட்டத்தின் முழு முற்றான வாழ்வைப் புனைவுலகு அனுமதிக்கும் எல்லா எல்லைகளுக்குள்ளும் அகப்படுத்தியிருக்கும் படைப்பு.

விவரணை மொழியில் புனைவுத் திறன் சிங்காரத்துக்குக் கூடி வரவில்லை. எனினும், மனதின் தன்னிச்சையான நினைவோட்டங்கள் வெகு அநாயசமாகப் பதிவாகின்றன. நனவோட்டத்தைக் கைப்பற்றும் மொழிப் புனைவில் வெகுவாக

சிலாகிக்கப்படும் நகுலன் கொள்ளும் தடுமாற்றம் இவருக்கில்லை. பாத்திரத்தின் அக உலகக் கதவைத் திறக்க நகுலன் வெகுவாகப் பிரயாசைப்படுகிறார். சிங்காரத்துக்கு வாசல் தானாக வழிவிட்டி ருக்கிறது.

சாதாரணப் பார்வையாளனாக 'புயலிலே ஒரு தோணி' நாவலில் பாண்டியன் எந்த இடத்தில் அறிமுகப்படுத்தப் படுகிறானோ அந்த இடத்திலேயே, தன் நாடு, தன் மக்கள் என்ற எல்லைகளை எல்லாம் மீறி பிறிதோர் நாட்டு விடுதலைக் காகவும் தன்னை ஈடுபடுத்திக்கொண்ட கொரில்லா படைத் தலைவனாகச் சுட்டுக்கொல்லப்படுகிறான். இந்த இரு நிலைகளுக்கிடையில் பிரமாண்டமான படைப்புத்தளம் எல்லைகளற்று விரிந்துகிடக்கிறது. பல்வேறு இடப் பின்புலங்களில் வாழ்வைக் கலைத்துப் போட்ட ஒரு காலகட்டம் பதிவு பெறுகிறது.

'புயலிலே ஒரு தோணி' நாவலை 70களின் மத்தியில் வாசித்துவிட்டு அது குறித்து நான் மிகுந்த பிரமிப்பு அடைந்திருந்தேன். சிங்காரம் மதுரை ஒய்.எம்.சி.ஏயில்தான் தங்கியிருக்கிறார் என்பது, அப்போது தொழில் நிமித்தமாக அடிக்கடி மதுரைக்கு வந்துகொண்டிருந்த தஞ்சை பிரகாஷ் மூலம் தெரியவந்தது. எனினும், அவர் யாரையும் பார்க்க விரும்புவதில்லை என்றும் கூடுதலாக பிரகாஷ் தெரிவித்த தகவல் அப்போது சிங்காரத்தைப் பார்க்கவிடாமல் செய்துவிட்டது. ஆனால் 1983இல் நான் சென்னைக்குக் குடிபெயர்ந்த பிறகு, மதுரை செல்ல நேரிடும்போதெல்லாம் அவரைச் சந்திப்பதை வழக்கமாகக் கொண்டிருந்தேன்.

'புதுயுகம் பிறக்கிறது' இதழில் தமிழின் சிறந்த மூன்று நாவல்களில் ஒன்றாகப் 'புயலிலே ஒரு தோணி'யை நான் குறிப்பிட்டிருந்ததை அடுத்து இலக்கிய ஆர்வலர்கள் அவரைப் பார்க்க வருவது அவருக்கு சந்தோஷம் தந்திருப்பதை அறிய முடிந்தது. புதிய பார்வை இதழில் 'நடைவழிக் குறிப்புகள்' பகுதியை நான் எழுதத் தொடங்கியபோது, அதன் இரண்டாவது குறிப்பாக ப.சிங்காரம் பற்றியும் 'புயலிலே ஒரு தோணி' பற்றியும் எழுதியிருந்தேன். (இது பரவலாகக் கவனம் பெற்றதன் தொடர்ச்சியாகத்தான் 'நடைவழிக் குறிப்புகள்' தொடரே, உரிய அங்கீகாரம் பெறாத தமிழ் ஆளுமையாளர்கள் பற்றியதாகத் திட்டவட்ட வடிவம் பெற்றது.) இதனை அடுத்த சில மாதங்களில் நான் உடல் நலமிழந்து உறவினர்களின் பராமரிப்பில் இருக்க மதுரை சென்றிருந்த சமயம், பார்க்க வந்த நண்பர்கள் மூலம்

சிங்காரம் உடல் நலமிழந்திருப்பதை அறிந்து அவரைப் பார்க்கச் சென்றேன். என் உடல்நலம் பாதிக்கப்பட்டிருப்பதை அவரும் அறிந்திருந்தார். மிகவும் நெகிழ்ச்சிபூர்வமாக அமைந்த சந்திப்பு. அதுவே கடைசி சந்திப்பும். நான் மட்டுமே அவரைத் தொடர்ந்து குறிப்பிட்டு வருவதாகக் கூறியபடி அவருடைய இயல்புக்கு மாறாக அலாதியான நேசத்தை அச்சந்தர்ப்பத்தில் காட்டினார்.

'புயலிலே ஒரு தோணி'யைப் புத்தகமாக்க அவர் பட்ட பாட்டை ஒருமுறை குறிப்பிட்டார் (தொடர்ந்து அவர் எழுதாமல் போனதற்கு இந்தப் பாடுகளும் ஒரு காரணம் என்றே தோன்றுகிறது). 'புயலிலே ஒரு தோணி' புத்தக வடிவம் பெற 10 வருடம் கையெழுத்துப் பிரதியாக அல்லாடியிருக்கிறது. சிங்காரம் பல முறை சென்னை சென்று பதிப்பகங்களின் படிகளை ஏறி இறங்கி யிருக்கிறார். கடைசியாக, மலர் மன்னன் ('¼' இதழ் நடத்தியவர்) எடுத்துக்கொண்ட முயற்சிகளின் விளைவாகக் 'கலைஞன் பதிப்பகம்' 1972இல் நாவலை வெளியிட்டது. அச்சில் பக்கங்கள் நீண்டுகொண்டு போகவே பதிப்பகத்தார் நாவலின் இறுதியில் சில பகுதிகளை சர்வ அலட்சியமாக நீக்கிவிட்டிருக்கிறார்கள். பாண்டியன் கொரில்லா படையைக் காட்டில் கட்டமைப்பதும், கொரில்லா வீரர்களின் காட்டு வாழ்க்கையுமான பல பக்கங்கள் இந்தக் குரூரத்துக்குப் பலியானவை. தமிழ்ச் சூழலில் ஒரு படைப்பாளி இத்தகைய எவ்வளவோ இம்சைகளுக்கு ஆளாக வேண்டியிருக்கிறது.

இவையெல்லாம் ஒருபுறமிருக்க, இன்று சிறுபத்திரிகை எழுத்தாளர், வாசகர்களிடையே புயலிலே ஒரு தோணி மிக முக்கியமான படைப்பு என்ற எண்ணம் நிலைபெறத் தொடங்கி யிருக்கிறது. முன்பு நான் இதை வலியுறுத்தியபோதெல்லாம் மதுரைக்காரன் என்பதால் விசேஷ அக்கறை காட்டுவதாக அபிப்ராயப்பட்டவர்களும் உண்டு. காலம் கடந்தாவது, சிறுபத்திரிகை வட்ட அளவிலேனும், சிங்காரம் கவனிப்பு பெற்றிருப்பது மகிழ்ச்சியளிக்கிறது.

(புதிய பார்வை, 1996)

எஸ். சம்பத்
தகிக்கும் படைப்பு மனம்

நவீன தமிழ்ப் படைப்பிலக்கிய மேதையான புதுமைப்பித்தனின் மறைவுக்குப் பின் சுழன்றுவிட்ட 50 ஆண்டுகளில், புனைவும் மேதமையும் முயங்கிய படைப்பாளிகளுள் எஸ்.சம்பத் மிக முக்கிய மானவர். அதிர்வலைகள் எழுப்பும் ஆழமான குரல் இவர்களுடையது. மரணம், இருவரையுமே நடுத்தர வயதில் சுருட்டிக் கொண்டுவிட்டது பெரும் அவலம்.

புதுமைப்பித்தன் இன்று ஒரு பெயராக நிலைத்து விட்டார். இதில் நாம் ஆறுதல் கொள்வதற்கான எந்தவித முகாந்திரங்களும் சூழலில் இல்லை. ஏனெனில் புதுமைப்பித்தன் என்ற பெயரில் பொதிந்திருக்கும் இலக்கிய தார்மீகங்கள் இன்னமும் ஸ்தாபிதம் ஆகவில்லை. அங்கீகாரம் பெறவில்லை.

சம்பத் எதிர்கொண்ட நெருக்கடிகளையும், அவர் மரணம் கூடப் பல நாட்களுக்கு அறியப்படாத செய்தியாகப் புதைந்து விட்டிருந்ததையும், தன் வாழ்நாளில் அவருடைய ஒரு புத்தகம்கூட வெளிவராமல் போனதையும் வேறு எப்படித்தான் புரிந்து கொள்வது? இருபதாம் நூற்றாண்டின் இறுதிப் பகுதியில் பண்பட்ட எந்தவொரு மொழிச் சூழலிலும் இத்தகைய அவல அனுபவங்கள் ஒரு படைப்பாளிக்கு நேருமா என்பது சந்தேகமே.

சம்பத்தின் முழுமையான பெயர், எஸ்.சம்பத் நாராயணன். 1941ஆம் ஆண்டு அக்டோபர் 13ஆம் தேதி திருச்சியில் பிறந்த சம்பத் வளர்ந்தது, படித்தது எல்லாம் டில்லியில். ரயில்வே போர்டில் செக்‌ஷன் ஆபீஸராக டில்லியில் பணியாற்றிய அவருடைய தந்தை சேஷாத்ரி ஐயங்கார் பதவி ஓய்வுபெற்று சென்னை திரும்பியபோது சம்பத்தும் தன் குடும்பத்துடன் சென்னை வந்தார். தன் உறவுப் பெண்ணைத் திருமணம் செய்துகொண்ட இவருக்கு மூன்று குழந்தைகள்.

எம்.ஏ. (பொருளாதாரம்) பி.எட். படித்திருந்த சம்பத், ஆராய்ச்சி நிறுவனங்களிலும், தனியார் நிறுவனங்களிலும் பணியாற்றினார். கடைசி சில ஆண்டுகளாகப் படைப்பாளியிடம் அவனுடைய முழு நேரத்தையும் கேட்டுநிற்கும் எழுத்தின் குரலுக்குக் கட்டுப்பட்டு முழுநேரப் படைப்பாளியாக முடிவு செய்தார். அதனைத் தொடர்ந்து, இத்தகைய முடிவு தமிழ்ச் சூழலில் நிர்பந்திக்கும் மோசமான நெருக்கடிகளையும் அவஸ்தைகளையும் குடும்ப, சமூக, எழுத்துலகப் பின்புலங்களில் அனுபவித்தார்.

"எப்போதும் அடிப்படை விஷயங்களில் உழல்பவன் நான். என் எழுத்துகளில் சாதாரணமாக இந்த நிலையைக் காணலாம் என்றே நினைக்கிறேன். ஆனால், இதைப் பற்றியெல்லாம் காலம்தான் கூற வேண்டும்" என்று கூறிய சம்பத், தன் 42ஆவது வயதில், சற்றும் எதிர்பாராத வகையில் மூளை ரத்தநாளச் சேதத்துக்கு ஆளாகி 26.7.1984 அன்று காலமானார்.

1983ஆம் ஆண்டு ஜூன் மாதம் நான் க்ரியாவில் பணியாற்று வதற்காக சென்னை வந்தேன். 'க்ரியா' புத்தக வெளியீட்டைத் தீவிரப்படுத்த யோசித்திருந்த நேரமது. அப்போது க்ரியா ராமகிருஷ்ணனிடம் 'இடைவெளி'யை வெளியிடலாமே என்று

மீண்டும் யோசனை தெரிவித்தேன். ராமகிருஷ்ணன் வெளியிடப் படுவதற்கான கையெழுத்துப் பிரதிகளின் அடுக்கிலிருந்து ஒரு டயரியை எடுத்துக் கொடுத்தார். ராமகிருஷ்ணன் ஏற்கெனவே கேட்டுக் கொண்டதற்கிணங்க சம்பத் 'தெறிகள்' இதழில் வெளியான பனுவலில் சில திருத்தங்கள் செய்து ஒரு டயரியில் எழுதிக் கொடுத்திருக்கிறார். அதிலும் ஆங்கிலச் சொற்கள் நிரவிக் கிடந்தன. "அவரோடு உட்கார்ந்து எடிட் செய்யலாமென்றால் அவர் அதற்குத் தயாராக இல்லை. நீங்கள் வேண்டுமானால் முயற்சித்துப் பாருங்கள்" என்றார் ராமகிருஷ்ணன். இதனையடுத்து சம்பத் துடனான முதல் சந்திப்பு நிகழ்ந்தது. நான் சற்றும் எதிர்பார்த்திராத தோற்றம்; செமத்தியான உடல்வாகு; பருமனும் சரி, உயரமும் சரி. அவரைச் சம்மதிக்க வைப்பது சிரமமாகவே இருக்கும்; எனினும் பக்குவமாக அவரை இந்த முடிவுக்கு நகர்த்திக்கொண்டு வந்துவிட வேண்டும் என்ற என் முன்ஜாக்கிரதைகளுக்கு மாறாக, முதல் ஓரிரு பக்கங்களை முன்வைத்து நான் தெரிவித்த ஓரிரு யோசனைகளின் அளவிலேயே அவர், சரி, நாம் சேர்ந்து பார்க்கலாமென்று சம்மதித்துவிட்டார்.

அச்சேறுவதற்கு முன்பு பனுவல்களைச் செம்மைப் படுத்துவதை 'க்ரியா' ஒரு பொறுப்பாக உணர்ந்திருந்தது. 'எடிட்டிங்' என்பது தணிக்கை என்ற அர்த்தத்திலேயே அறியப்பட்டிருக்கும் தமிழ்ச் சூழலில், தன்னை ஊனப்படுத்தும் காரியமாகவே இச்செயலைப் படைப்பாளி கருதுகிறான்.

உண்மையில் திருத்தம் செய்வதென்பது – செம்மைப்படுத்துவ தென்பது – பக்க நிர்ணயங்களுக்காகவோ, ஒழுக்கம், அரசியல் போன்ற வரையறைகளுக்காகவோ பிரதியை வெட்டிச் சிதைப் பதல்ல. மாறாக, பிரதிக்கும் வாசிப்புக்குமான உறவில் படைப்பாளி அறியாது பிரதியில் நேர்ந்துவிட்ட சிடுக்குகளை விடுவிப்பதும், படைப்புலகின் இசைமைக்கு அனுசரணையானதுமான ஒரு செயல்பாடுதான் எடிட்டிங்.

மேலைநாடுகளில் எடிட்டிங் என்பது பதிப்புத் துறையில் முக்கியமான தொழில்சார் அம்சமாக இருக்கிறது. படைப்பாளிகள் சிலர் தங்களுக்கென்று பிரத்தியேகமான எடிட்டர்களைக் கொண்டிருக்கிறார்கள். எடிட்டரின் கால அவகாசத்துக்காகப் படைப்புகள் காத்திருக்கின்றன. இங்கு 'எடிட்டிங்' என்பது குறுக் கீடாகவும் தணிக்கையாகவுமே அறியப்பட்டும் உணரப்பட்டு மிருக்கிறது.

ஆரம்பத்தில் சம்பத்துக்கும் என்னோடு அமர தயக்கமிருந்தது. தேவையற்ற ஆசாமி என்ற எண்ணமிருந்தது. முதல் அமர்வுக்குப் பின்னர் அப்பணியில் சம்பத் வெகு உற்சாகமாகத் தன்னை ஈடுபடுத்திக் கொண்டார். 'சாவு' கனவில் தன்னை வெளிப்படுத்திக் கொள்ளும் பகுதியின்போது, "இதை நீயே பார்த்துக்கொள். இதை எழுதும்போது சாவு என்னைப் படுத்திய பாடு போதுமப்பா. காய்ச்சலில் விழுந்து தப்பித்திருக்கிறேன். இன்னொரு தடவை அதன் பிடியில் சிக்கிக்கொண்டால் அவ்வளவுதான். எனக்கு பயமாயிருக்கு" என்று எழுந்து உள்ளறைக்குள் போய்விட்டார். அந்த அளவு உக்கிரமான உணர்ச்சிகளில் உழலும் மனிதர். 'சாவு என்பது இடைவெளி' என்று தினகரனுக்கு வசப்படும்போது, கையைத் தரையில் குத்தி, "எவன் இதச் சொல்லியிருக்கான். இதுக்கே நோபல் பரிசு தரணும்" என்றார்.

ஏழெட்டு நாட்களில் அப்பணி முடிந்ததாக ஞாபகம். சதா தகிக்கும் உள்ளார்ந்த தீவிர மனநிலையும், நேசிக்கக்கூடிய வகையிலான ஒருவித பேதமையும் ஒன்றையொன்று மேவி அவரிடம் வெளிப்பட்டுக் கொண்டேயிருக்கும். அப்போது தொடங்கிய நட்பும் சந்திப்பும் அடுத்த ஆறேழு மாதங்கள் – அதாவது 1984ஆம் ஆண்டு ஜுலை 26ஆம் தேதி அவர் இறந்ததற்கு சில நாட்கள் முன்பு வரை – தொடர்ந்தது.

1983ஆம் ஆண்டு இறுதியில் என் குடும்பமும் சென்னைக்கு வந்து நாங்கள் நம்பர் சச்சிதானந்தம் வீட்டு மாடியில் குடியமர்ந்தோம். அந்த மாடி இரண்டாகத் தடுக்கப்பட்டு ஒரு பகுதி எங்கள் வீடாகவும், மற்றொரு பகுதி 'க்ரியா'வின் புத்தகக் கிடங்காகவும் அச்சுக் கோப்பகமாகவும் அமைக்கப்பட்டது. 1984ஆம் ஆண்டு ஜுன் வாக்கில் 'இடைவெளி' அச்சு வேலை தொடங்கிய போது சம்பத் அநேகமாக ஒவ்வொரு நாளும் மதிய வேளைகளில் வீட்டுக்கு வந்துவிடுவார். சென்னை வெயிலில் அவர் வந்தவுடன் செய்யும் முதல் காரியம் சட்டையைக் கழற்றிப் போடுவதுதான். சட்டை பாக்கெட்டில் எப்போதும் லாட்டரி சீட்டு இருக்கும். இப்படி 10, 15 நாட்கள் வந்து கொண்டிருந்தவர் திடீரென்று பல நாட்கள் வரக் காணோம். 'இடைவெளி' புத்தகம் அச்சு வேலை முடிந்து பைண்டிங்கில் இருந்தது. இச்சமயத்தில் ஒருநாள் காலை திலீப்குமார், 'சம்பத் இறந்து விட்டதாகத் தகவல்,' என்று தயங்கியபடி கூறினார். அத்தகவல் தெரிய வந்தபோதே அவர் இறந்து 15, 20 நாட்கள் ஆகிவிட்டிருந்தன. அன்றே அத்தகவல் உறுதிப்படுத்தப்பட்டது. நான் அன்றே சம்பத் வீடு

சென்று அவருடைய துணைவியாரைச் சந்தித்தேன். மறுநாளே அவர் பற்றிய ஒரு குறிப்பை எழுதி அச்சிட்டுப் புத்தகத்தில் சேர்த்தோம். ஒரு படைப்பாளியின் மரணம் பற்றிய தகவல்கூட வெளித்தெரிய சில நாட்கள் எடுக்கும் அவலநிலைதான் நம் சூழலின் யதார்த்தம்.

'தெறிகள்' இதழில் வாசித்தது தொடங்கி, அப்பிரதியைச் செம்மைப்படுத்துவதற்கு முன்பும், அப்பணியினூடாகவும், புத்தகமாக வெளிவந்த பின்பு அவ்வப்போதும், 'நடைவழிக் குறிப்புகளு'க்காக சம்பத் பற்றி எழுதியபோதும் என நான் பலமுறை படித்த நாவல் 'இடைவெளி'. நான் அதிக முறை படித்த நாவலும் இதுதான்.

'பாரீஸ் ரிவ்யூ' நேர்காணலில் வில்லியம் ஃபாக்னரிடம் ஐரோப்பிய எழுத்தாளர்கள் பற்றி ஒரு கேள்வி கேட்கப்பட்டபோது, ஜேம்ஸ் ஜாய்சை ஒரு மகத்தான படைப்பாளி என்று குறிப்பிட்டு விட்டு, "ஞானஸ்நானம் செய்விக்கும் கல்வியறிவற்ற ஒரு உபதேசி பழைய ஆகமத்தை அணுகுவதைப் போல நம்பிக்கையோடு ஜாய்சின் யூலிஸஸை நீங்கள் அணுகவேண்டும்'' என்று கூறியிருப்பார். என்னைப் பொறுத்தவரை, 'இடைவெளி'யுடனான என் உறவு அநேகமாக இப்படியாகத்தான் இருந்துவருகிறது.

இதுவரை வெளிவந்திருக்கும் சம்பத்தின் ஒரே புத்தகம் 'இடைவெளி' நாவல் மட்டுமே. 'தெறிகள்' என்ற காலாண்டிதழின் முதல் இதழில் இப்படைப்பு வெளியானது. வெளிவந்து 10 ஆண்டு களுக்குப் பின்னர் 'க்ரியா' அதைப் புத்தகமாக வெளியிட்டது. புத்தகத்தின் அச்சான சில பக்கங்களைக்கூட சம்பத் பார்த்து விட்டிருந்தார். புத்தகம் பைண்டிங்கில் சில நாள் முடங்கிக் கிடந்த போதுதான், சம்பத்தின் மரணச்செய்தி, இறந்து சில நாட்களுக்குப் பிறகு வெளிப்பட்டது.

சாவு என்னும் அடிப்படைப் பிரச்சினையில் உழன்று அருமையான சில சிறுகதைகளையும் (சாமியார் ஜூவுக்குப் போகிறார், கோடுகள், இடைவெளி) படைத்த சம்பத்துக்கு திடீரென ஏற்பட்ட மூளை ரத்த நாளச் சேதம், இடைவெளியென இருப்பதாலேயே எவராலும் வெல்லப்பட முடியாத சாவு, அவரை அபகரிக்கக் காரணமாகிவிட்டது.

தமிழின் முதல் முழுமுற்றான கருத்துலக நாவல் 'இடைவெளி' தான். கருத்துலகில் சுயமான, தீவிரமான புனைவுப் பயணம் மேற்கொண்ட படைப்பாளி சம்பத்.

சம்பத்துக்கு முன் தமிழ் நாவல் பரப்பில் கருத்துலகச் சாயல் கொண்ட படைப்பாளியாக அறியப்பட்டு அதனாலேயே பிரபல்யமும் அடைந்தவர் ஜெயகாந்தன். ஆனால் அவருடைய படைப்புகளில் புனைவுலகின் மெய்யறிவிலிருந்து கருத்துகளோ, சிந்தனைகளோ உருண்டு திரள்வதில்லை. மாறாக, கருத்துலகம் சமூகத்துக்கு அளித்த சாரங்களின் சில அம்சங்களை ஸ்வீகரித்துக்கொண்டு அவற்றுக்குப் புனைவடிவம் தந்தவர் ஜெயகாந்தன். இவ்விடத்தில், கலை, இலக்கியமானவை எந்த ஓர் அமைப்புக்குமோ, கொள்கைக்குமோ, எந்த ஒரு துறைசார் அறிவுக்குமோ சேவகம் செய்வன அல்ல என்பதை நாம் கவனத்தில் கொள்ள வேண்டும். மாறாக, படைப்பின் மெய்யறிவுப் பயணத்திலிருந்து உருக்கொள்ளும் சிந்தனை களிலிருந்து பிற அமைப்புகளும், கொள்கைகளும், துறைசார் அறிவுகளும் தங்களைச் செழுமைப்படுத்திக்கொள்ள முடியும். முடிந்திருக்கிறது. சலித்துப்போன உதாரணம்: ஃப்ராய்டு, தாஸ்தாயெவ்ஸ்கியிடமிருந்து பெற்ற பெறுமதிகள். கலை, இலக் கியங்களிடம் காலம் எதிர்பார்ப்பது இதுதான். ஜெயகாந்தனிடம் இது நிகழவில்லை. ஆனால், இடைவெளி நாவலில் அடிப்படைகளில் உழன்று தகிக்கும் தினகரனை சாவு பிரச்சனை ஆட்கொள்ளும் போது அவர் மேற்கொண்ட பயணத்தினூடாக படைப்பு ஒரு மகத்தான கண்டுபிடிப்பை வசப்படுத்துகிறது. அதுவே இப்படைப்பை முக்கியத்துவமிக்கதாக்கி இருக்கிறது.

சம்பத்தின் 'இடைவெளி'க்குப் பின் வெளிவந்த சுந்தர ராமசாமியின் 'ஜே.ஜே. சில குறிப்புகள்' தமிழில் சிந்தனைத் தளத்தில் இயங்கிய முதல் நாவலாகப் போற்றப்பட்டுக் கொண்டாடப்பட்டது. பெறப்பட்ட அறிவின் உதிரித் தொகுப்புகளாகவே பெரிதும் அமைந்துவிட்ட இந்நாவல் அதன் வசீகர நடை காரணமாகப் பெரிதும் சிலாகிக்கப்பட்டது. அடியறியா, ஆழமறியா புனைவுப் பயணத்தினூடாகப் படைப்பு மெய்யறிவு கொள்வதற்கான எவ்விதப் பிரயாசையும் இந்நாவலில் மேற்கொள்ளப்படவில்லை. ஆனால், ஒரு அடிப்படைப் பிரச்சனைக்குத் தன்னை முழுமுற்றாக ஒப்புக்கொடுக்க சம்பத்துக்கு முடிந்திருக்கிறது.

தமிழில் நவீன செவ்வியல் படைப்பு என்பதற்கான ஒரே சிறந்த படைப்பாக நாம் கொண்டிருப்பது இடைவெளிதான். பரந்த, பிரமாண்டமான தளமில்லை என்றாலும் சிறிய, ஆழமான, நுட்பமான நவீன படைப்பு. படைப்புலகம் இட்டுச்செல்லும் அறியப்படாத பிராந்தியங்களுக்கு முற்றாகத் தன்னை ஒப்புக்

கொடுத்து, அச்சமற்ற, சமாளிப்புகளற்ற பயணத்தை மேற்கொண்ட நவீன படைப்பாளி சம்பத்.

உலக நாவல் பரப்பில் நம் பங்களிப்பாக ஒரு நாவல் முன்வைக்கப்பட்டு ஏற்கப்படுமெனில் அது 'இடைவெளி' மட்டுமாகவே இருக்க முடியும். இது, சாவு என்பது என்ன என்ற அடிப்படைக் கேள்வியில் அலைக்கழிக்கப்படும் தினகரன் என்ற பாத்திரம் அதற்கான விடை தேடிச் செல்லும் நாவல். சம்பத்தின் சுயசரிதை அம்சங்கள் இப்படைப்பில் விரவிக்கிடக்கின்றன.

சாவு குறித்து சதா உலைந்துகொண்டிருக்கும் தினகரன், வாழ்வு என்பது அனுசரணையான இடைவெளி என்றும், சாவு என்பது முரண்பாடுடைய இடைவெளி என்றும் கடைசியில் கண்டடைவது, 'எண்ண ஓட்டங்களுக்கு, பெரிய எண்ண ஓட்டங்களுக்கே உரித்தான வீர்யத்தோடும், பூ மணப்பின் குணத்தோடும்' நாவலில் விகாசம் பெற்றிருக்கிறது.

தகிக்கும் மனதின் வெதுவெதுப்பை இந்நாவலின் பக்கங்களில் நாம் உணர முடியும். கண்டடைவதின் பரவசத்தையும்தான். இந்த வெதுவெதுப்பும் பரவசமும் நம் வாழ்வுக்கு அவசியமானவை. அதனால்தான் நாவலின் கடைசியில் தினகரன் சாவுக்கு முன் மானசீகமாக மண்டியிடுவதைப் போல ஒவ்வொரு வாசிப்பின் போதும் நான் மண்டியிடுகிறேன்.

தன் படைப்பூக்கம்மீதும் மேதமையின்மீதும் அபார நம்பிக்கை கொண்டிருந்தவர் சம்பத். 'பணத்தின் மதிப்பு' என்பதை மையமாகக் கொண்டு ஆயிரம் பக்கங்களுக்கும் மேலான பெரிய படைப்பொன்றை எழுதும் உத்தேசமிருந்தது அவருக்கு. இடையில் எழுதிய சில படைப்புகளை ஏதோ ஒரு மன அவசத்தில் எரித்துவிட்டிருக்கிறார். படைப்பாளியின் அருமை உணராத துர்பாக்கிய சூழலில் நாம் நிறையவே இழந்துவிட்டிருக்கிறோம்.

சம்பத் இறந்து பல ஆண்டுகளாகிவிட்டன. வாழ்நாளில் புத்தக வடிவில் தன் எழுத்துகளை அவர் பார்த்திருக்கவில்லை. அவருடைய பல சிறுகதைகளும் குறுநாவல்களும் இன்னமும் புத்தக வடிவம் பெறவில்லை. ஆர்வமும் அக்கறையுமுள்ள பதிப்பகத்தார் பிரயாசை எடுத்து வெளியிட்டால் காலத்துக்குச் செய்த பெரும் கடமையாக அது இருக்கும்.

(புதிய பார்வை, 1996)

தருமு சிவராம்
தமிழின் பெருமிதம்

தமிழ்ச் சமூகம் கொண்டாடிப் பெருமிதம் கொள்ளவேண்டிய நவீன தமிழ்க் கவி தருமு சிவராம். 2000 ஆண்டு வளமான தமிழ்க் கவிதை மரபின் செறிவும் – குறிப்பாக சங்கக் கவிதை மரபு – தனதான கவித்துவ மேதமையும் முயங்கிய தில் வெளிப்பட்ட கவி. நவீன தமிழ்க் கவிதை இத்தகையதோர் படைப்பு ஆளுமையைக் கொண்டிருந்தும் அறிந்து கொண்டாட முடியாத நம் பேதமை இன்றைய சமூக அவலங்களில் ஒன்று.

சி.சு. செல்லப்பாவின் 'எழுத்து' பத்திரிகை இயக்கத்தின் மூலம் உக்கிரமான படைப்பு மற்றும் விமர்சன சக்தியாக வெளிப்பட்டவர். இவருடைய எழுத்தியக்க செயல்பாடுகளை மூன்று

கட்டங்களாகப் பார்க்கலாம். முதல் கட்டம் காலாதீதச் சாயல்கள் அமைந்த கவிதை மற்றும் கருத்தாக்க அடிப்படையிலான விமர்சன வெளியீட்டியக்கம். 1960களில் 'எழுத்து' இதழில் தமிழ் இலக்கியப் புது மலர்ச்சியென வெளிப்பட்டதை அடுத்து கிட்டத்தட்ட 15 ஆண்டுகள் நீடித்த இயக்கம் இது.

நிகழ்வாழ்வின் சிடுக்குகளில் இருந்து உருவாகும் குமிழியொன்று காலாதீதச் சுழலில் மலர்ந்து விரியும் கவிதை உலகம் இக்காலத்தவை. அவருடைய வார்த்தைகளிலேயே சொல்வதென்றால், 'பௌதீக யதார்த்தத்தை மீறிய நிதர்சனங்களைப் பற்றிய அறிவின் விசாரமயமான பிரமிப்புகளின் வெளிப்பாடு'களாக அமைந்த கவிதைகள் இவை. ஒரு எளிய உதாரணம்: 'காவியம்' என்று தலைப்பிட்ட கவிதை.

சிறகிலிருந்து பிரிந்த
இறகு ஒன்று
காற்றின்
தீராத பக்கங்களில்
ஒரு பறவையின் வாழ்வை
எழுதிச் செல்கிறது.

கண்ணாடியுள்ளிருந்து, $E = Mc^2$ என்ற நெடுங்கவிதைகள் உள்ளிட்ட இக்காலத்திய கவிதைகள் நவீன தமிழ்க் கவிதையின் சிகர வெளிப்பாடுகள். இவருடைய ஆரம்ப காலக் கவிதைகளில் வெளிப்பட்ட படிம அழகியல் இவரைப் படிமக் கலைஞராக அறியவைத்தது. இக்காலத்திய கவிதைகள், 'கண்ணாடியுள்ளிருந்து', 'கைப்பிடியளவு கடல்' ஆகிய தொகுப்புகளாக வெளிவந்துள்ளன.

எழுத்துப் பிரவேசத்தின் தொடக்கத்திலேயே கவிதைகளோடு, கட்டுரைகளும் விமர்சனங்களும் மேற்கொண்டார். அதுவரையான தமிழ் விமர்சனப் போக்கிலிருந்து தனித்தொலித்த குரல் இவருடையது. அதற்கு முன்பாக, நவீன தமிழ் இலக்கியப் படைப்புகளை ரசனை பூர்வமாகத் தேர்ந்தெடுத்து அறிமுகப்படுத்தியவர் க.நா.சு. கல்வித்துறை சார்ந்த அஞ்சறைப் பெட்டி விமர்சனமாகப் படைப்புகளைப் பிரித்துப் போட்டவர் செல்லப்பா. இத்தருணத்தில் இலக்கியக் கருத்தாக்க அடிப்படையில் படைப்பினை அணுகித் தர நிர்ணயம் செய்தவர் தர்மு சிவராம். இவருடைய வருகைக்குப் பின், நவீன தமிழ்ப் படைப்புகள் பற்றிய மதிப்பீடுகளில் பெரும் மாற்றங்கள் நிகழ்ந்தன. இளம் வயதிலேயே, மௌனியின் கதைத் தொகுப்புக்கு இவர் எழுதிய முன்னுரை, இன்று வரையும் மௌனி பற்றிய மிகச் சிறந்த கட்டுரையாகத் தனித்திருக்கிறது. இவருடைய 'எழுத்து'

காலக் கட்டுரைகள் 'தமிழின் நவீனத்துவம்' என்ற தொகுப்பாக வெளிவந்திருக்கிறது.

சிவராம் சிறந்த கோட்டோவியர். இக்காலகட்டத்தில் இவருள் சுடர் கொண்டிருந்த ஓவியனின் குரலுக்குச் செவி சாய்த்து சில வெளிப்பாடுகளை முன்வைத்திருக்கிறார். ஆனால் பொதுவாகவே, இவருள்ளிருந்த ஓவியனை இவர் அதிகம் பொருட்படுத்தியதில்லை என்றே தோன்றுகிறது. இலக்கிய ரீதியான தீவிர இயக்கம் இதற்குக் காரணமாக இருக்கலாம்.

இரண்டாம் கட்டத்தில் கவிதை, விமர்சனத்தோடு உரைநடை இலக்கியப் படைப்பிலும் முனைப்பு கொண்டார். இக்காலத்தில் இவர் எழுதிய சிறுகதைகள் 'லங்காபுரிராஜா' என்றொரு தொகுப் பாக வெளிவந்திருக்கிறது. 'காடன் கண்டது' என்ற இவருடைய சிறந்த சிறுகதை, 'நவீன தமிழ்ச் சிறுகதைகள்' பற்றிய தொகுப் பொன்று சரியான கவனிப்புடன் வெளிவரும் பட்சத்தில் கம்பீரமாக இடம் பிடித்துக்கொள்ளும். 'நக்ஷத்ரவாசி' என்றொரு நாடகம் எழுதப்பட்டுப் புத்தகமாக வெளிவந்திருக்கிறது.

மூன்றாம் கட்டமான கடைசி வருடங்களில் இவர் இயக்கத்தில் சரிவையே காண முடிகிறது. தர்க்கத்தின் செருக்கில் விளைந்த சரிவு. எழுத்தியக்கத்தின் தொடக்க கட்டத்தில் இவரிடம் செயல்பட்ட அறிவின் விசாரமயம் – அதாவது பலவேறு சாத்தியங் களை ஸ்பரிசிக்கும் தர்க்க நிகழ்வு – தேய்ந்து, நேர்கோட்டுத் தர்க்கமாக குறுகியிருக்கிறது. தர்க்கமென்பது இருபுறமும் கூர் கொண்ட கத்தி போன்றது என்று தாஸ்தாயெவ்ஸ்கி தன் படைப்புகளில் முன்வைப்பதுதான் சிவராமுவின் சமீபத்திய தர்க்க விவகாரங்களைப் பார்க்கும்போது நினைவுக்கு வருகிறது. இக்காலத்தில் இவருடைய உக்கிரமான படைப்பாற்றலை உள்வாங்கிய படைப்பேதும் வெளிவராமல் போனது துரதிர்ஷ்டம்தான். விமர்சன ஊழல்கள், விமர்சனாஸ்ரமம், விமர்சன மீட்சிகள் போன்ற தர்க்க விவகாரத் தொகுப்புகளே இச்சமயத்தில் வெளிவந்துள்ளன.

தர்மு சிவராம், பிரேமிள் என்ற பெயர்களின் வெவ்வேறுபட்ட பின்னங்களில் இவர் எழுதுகிறார். எண் ஜோதிடத்தில் இவருக் கிருக்கும் ஈடுபாடு தன் பெயரை முன்வைத்துப் பரிசோதனைகள் நிகழ்த்திப் பார்க்க வைத்திருக்கிறது.

என் 23ஆவது வயதில் மதுரை ரயில் நிலையத்தில் 'கண்ணாடி யுள்ளிருந்து' பின்னட்டையில் இடம் பெற்றிருந்த சிவராமுவின்

புகைப்பட முகத்தை மனதில் இருத்திக் காத்திருந்து அவரைச் சந்தித்த முதல் சந்திப்பிலிருந்து, கடந்த 20 வருடங்களில் நெருக்கமும் விலகலுமாக நட்பு தொடர்ந்திருக்கிறது. உறவுகளைச் சீராக வைத்துக்கொள்ள முடியாதவர் என்றொரு குற்றச்சாட்டு அவர்மீது உண்டு. ஆனால் அப்படி இல்லை. சமூக மதிப்பீடுகளின் சீரழிவுகளுக்கெதிரான குரலாகப் படைப்பில் வெளிப்படும் கலைஞன், அன்றாட வாழ்வில் மட்டும் சமூகத்துடன் சகஜமான உறவு கொண்டிருக்க வேண்டுமென்ற நம் எதிர்பார்ப்பின் கோளாறு இது.

அவருடைய கடைசிகால தர்க்கச் செருக்கை துச்சமாக ஒதுக்கி விடக்கூடிய வீரியமிக்கது அவருடைய முந்தைய படைப்பியக்கம். தமிழின் மகத்தான படைப்புக் குரல் இவருடையது. இறுதிக் காலத்தில் உடல்நலம் பாதிக்கப்பட்டு, மருத்துவமனையில் ஒரு மாதத்துக்கும் மேலாக சிகிச்சை பெற்றும் பலனின்றி 6.1.1997 அன்று காலமானார்.

தர்மு சிவராமு தீவிரமான மனோபாவத்துடன் நிகழ்வுகளை எதிர்கொள்பவர். எந்த ஒரு காலகட்டத்திலும், எந்த ஒரு சந்தர்ப்பத் திலும் கலை, இலக்கிய நிறுவனங்களின் வாசல்படிப் பக்கம்கூடப் போகாதவர். அந்நிறுவனங்களின் அதிகாரப் பிரதிநிதிகளுடன் மருந்துக்கும் உறவு வைத்துக்கொள்ளாதவர். அவருடைய கலை, இலக்கிய மனோபலம் மதிக்கப்பட வேண்டியது; போற்றப்பட வேண்டியது.

(புதிய பார்வை, 1996)

மு. தளையசிங்கம்
மெய்முதல்வாதி

மு. தளையசிங்கம், இனிவரும் காலத்துக்கான மகத்தான கனவு ஒன்றை வடிவமைத்துச் செயல்பட்ட ஈழத்துத் தமிழ்ப் படைப்பாளி. இவர் பூரண சர்வோதய மலர்ச்சியை உலகப் பார்வையாகவும், மெய்முதல் வாதத்தை அதற்கான தத்துவ தரிசனமாகவும், பிரபஞ்ச யதார்த்தம் என்பதை அதன் கலை இலக்கியக் கோட்பாடாகவும், மெய்யுள் என்பதை அதன் புதிய ஊடகமாகவும் முன்வைத்த படைப்பூக்கமிக்க அசலான தத்துவ மனம் கொண்டவர்.

வாழ்வின் சகல தளங்களும் கலை இலக்கியப் பரவசத்தை எய்திவிட, கலை, இலக்கியம் என்ற தனியான ஊடகங்கள் அவசியமற்றுப் போகும் கனவுலகத்தை மெய்யாகத் தரிசித்தவர். இது வெறும் ஆசையாகவோ, அபிமானமாகவோ, உள்ளுணர்வின் சமிக்ஞையாகவோ இவரிடம் உருக்கொண்டு விடவில்லை. தத்துவ நிலைப்பாடாக இந்தப்

புதிய திசை சுட்டப்படுகிறது. இதுவரையான தத்துவங்களின் போதாமைகளும் குறைபாடுகளும் முன்னிறுத்தப்பட்டு, புது வெளிச்சமாக தத்துவ ஒளி பாய்ச்சப்பட்டு, இவருடைய கனவுலகம் – இனி வரும் மெய்யுலகம் – விரிகிறது.

தமிழகப் படைப்புச் சூழலில் இத்தகையதோர் அபூர்வ ஆளுமை உரிய கவனிப்பு பெறாத நிலையே இன்றுவரை தொடர்கிறது. இவரைத் தமிழ் வாசகர்களுக்கு அறிமுகப்படுத்தும் வகையிலும், பரிசீலனைக்கும் சம்பாஷணைக்கும் உட்படுத்தும் வகையிலும் 'தளையசிங்கத்தின் பிரபஞ்ச யதார்த்தம்' என்றொரு கட்டுரையைப் பல ஆண்டுகளுக்கு முன்பு, சுந்தர ராமசாமி எழுதியதைத் தவிர வேறு தாக்கங்கள் ஏதும் சூழலில் நிகழாமல் போனது நம் சூழலின் மொண்ணையான போக்கின் பொதுவான் அடையாளமின்றி வேறில்லை.

"மு. தளையசிங்கம் பெருமளவுக்குத் தன்னில் இருபதாம் நூற்றாண்டுக்குரிய பிரச்சினைகளையும் – ஓரளவு இருபது நூற்றாண்டுகளின் சாரத்தையும் – வெளிப்படுத்த முயன்ற ஒரு சிந்தனையாளர்" என்கிறார் சுந்தர ராமசாமி. மேலும், "இருபதாம் நூற்றாண்டில் வாழ்ந்ததற்கான சாயல்களை இவரைப் போல் முழு வீச்சோடு வெளிப்படுத்திய ஆளுமைகள் நம்மிடையே வேறு உள்ளனவா? இந்த நூற்றாண்டின் முதற் பாதியில் இரண்டு பெயர்கள் கிடைக்கின்றன. ஒருவர் பாரதி, மற்றொருவர் புதுமைப்பித்தன். பாரதி, தாழ்ந்து போனமைக்குத் துக்கித்து, மேலான ஒன்றை எழுப்ப முயன்றார். புதுமைப்பித்தன் தாழ்ந்து போனதை வெட்டவெளிச்சமாக்கினார். இந்த வரிசையில் மூன்றாவதாக வருபவர், தளையசிங்கம். பாரதியின் கருத்துலகத்தை விடவும் தளையசிங்கத்தின் கருத்துலகம் முழுமையானது. மற்றொரு விதத்தில் சொன்னால் பாரதியின் சிந்தனையை இவர், தன் காலத்துக்குக் கொண்டு வந்து, இடைக்கால சரித்திரத்திற்கும் எதிர்வினை தந்து, இடைவெளிகளை அடைத்து, முழுமைப்படுத்த முயன்றார் என்று சொல்லலாம்" என்று கணிக்கிறார் சுந்தர ராமசாமி. உண்மை. தளையசிங்கத்தின் தத்துவ நிலைப்பாட்டை நிராகரிக்க விழைபவர்கள்கூட, அவர் தன் காலத்தையும் வாழ்வையும் அதி தீவிரமான முனைப்புடன் அணுகியவர் என்பதைப் புறந்தள்ள முடியாது.

புங்குடு தீவில் 20.10.1935 அன்று பிறந்த மு. தளையசிங்கம் தன் 38ஆவது வயதில் 2.4.73 அன்று மரணமடைந்துவிட்டது நம் பேரிழப்புகளில் ஒன்று.

தளையசிங்கத்தின் வாழ்க்கை, இரண்டு முக்கிய காலகட்டங்களின் ஒத்திசைவான வளர்ச்சியில் விகாசம் பெற்றிருக்கிறது. ஒன்று, 1960–65 வரையான 5 ஆண்டுகள். அவருடைய 25–30 வயது காலகட்டம் இது. படைப்பூக்கமும், விமர்சன மனோபாவமும் மேலோங்கி தளையசிங்கம் தீவிர இலக்கிய முகம் கொண்டிருந்த காலமது. இக்காலகட்டத்தில் 'ஒரு தனி வீடு' நாவல் உருவாகி 63ஆம் ஆண்டு கலைச்செல்வி நடத்திய நாவல் போட்டியில் முதல் பரிசு பெறுகிறது. மேலும் 'கல்கி புராணம்', 'ஒளியை நோக்கி', 'யாத்திரை' ஆகிய நாவல்கள் உருவாகின்றன. 11 கதைகளடங்கிய 'புதுயுகம் பிறக்கிறது' என்ற மிகச் சிறந்த சிறுகதைத் தொகுப்பு (1965) இவருடைய முதல் புத்தகமாக வெளிவருகிறது.

தனித்துவமான, நேர்மையான, பரந்துபட்ட ஒரு விமர்சனக் குரல் இக்காலகட்டத்தில் இவரிடமிருந்து வெளிப்பட்டு ஈழத்து இலக்கிய உலகில் அதிர்வலைகளை எழுப்புகிறது. தினகரனில் 'விமர்சக விக்கிரகங்கள்' கட்டுரைத் தொடர்; அப்போது ஈழத்தில் செல்வாக்கு பெற்றிருந்த முற்போக்கு, நற்போக்கு இரண்டின் குறைகளையும் எடுத்துக்காட்டி அவற்றின் குறைகளை நிவர்த்தி செய்யும்முகமாக 'மூன்றாம் பக்கம்' என்னும் கட்டுரை; கலைச் செல்வியில் 'முற்போக்கு இலக்கியம்' என்ற கட்டுரைத் தொடர்; செய்தி வார இதழில் ஓராண்டு வெளிவந்த 'ஏழாண்டு இலக்கிய வளர்ச்சி: அவசரக் குறிப்புகள்' கட்டுரைத் தொடர் ஆகியவை குறிப்பிடத்தக்கவை. தன் காலத்தோடு மொழியைப் பிணைக்க வேண்டியதன் அவசியத்தை உணர்த்திய தார்மீகக் குரலாகத் தளையசிங்கத்தின் குரல் தனித்து ஒலித்த காலமிது.

1966–73 வரையான அடுத்த ஏழாண்டுகள் சகல தளங்களிலும் ஒளி பாய்ச்சிய காலம். கடந்த காலத் தத்துவங்களின் சாரங்களையும், நிகழ்கால இருப்பின் ஸ்திதியையும், இனிவரும் காலத்துக்கான கனவையும் ஒரு தத்துவவாதியாக அவதானித்து, கனவை வசப்படுத்திச் செயல்பட்ட காலம்.

1969இல் 31ஆவது வயதில் இவர் தன் குருவாகிய ஸ்ரீநந்த கோபாலகிரியைச் சந்திக்கிறார். அச்சந்திப்பு, காலத்தின்மீதும் வாழ்வின் மீதும் புது ஒளி பாய்ச்சுகிறது. தன்னில் மட்டும் மெய்யை அழுத்திய உள்ளொதுங்கிய போக்கிலிருந்து விடுபட்டு சகலமும் மெய்யில் துலக்கம் கொள்வதற்கான தத்துவ வார்ப்பு கொள்கிறார்.

முதல் காலகட்டத்தில் மூன்று இலக்கியப் போக்குகளை அவதானித்து 'மூன்றாம் பக்கம்' இவர் தன்னை முன்னிறுத்தினார்.

நற்போக்கு, முற்போக்கு ஆகிய இரண்டிலும் அதிருப்தியுற்று அவற்றுள் அடங்காது வெளியே நின்ற மூன்றாம் பக்கப் பார்வை இக்காலகட்டத்தில் பூரண சர்வோதயப் பார்வையாக வடிவம் பெற்றது.

இக்காலகட்டத்தில் இம்மூன்று போக்குகளும் தத்துவார்த்த ரீதியில் விளக்கம் பெற்று, கருத்துமுதல்வாதம், பொருள்முதல் வாதம், மெய்முதல்வாதம் என்றாகின்றன.

இரத்தினபுரி கல்லூரியில் பணியாற்றிக்கொண்டிருந்த தளைய சிங்கம், இக்காலகட்டத்தின் தொடக்கத்தில் சொந்த ஊரான புங்குடு தீவு மகா வித்யாலயத்துக்கு மாற்றல் பெற்றார். அங்கு சர்வ மத சர்வோதய இயக்கத்தை ஆரம்பித்து மாணவர்களுக்கும் வாலிபர்களுக்கும் மேலைத்தேய, கீழைத்தேய தத்துவங்கள், மனோவியல், தியானம் ஆகிய வகுப்புகள் எடுத்தார். தாழ்த்தப்பட்ட மக்களின் உரிமைகளுக்காகப் போராடினார்.

1970ஆம் ஆண்டு பொதுத்தேர்தலின்போது, அரசியலே எல்லாவற்றுக்கும் மையமாக இருப்பதால், அரசியலைத் திருத்தாமல் மற்றவற்றைச் செம்மைப்படுத்த முடியாது என்ற அடிப்படையில், சர்வோதய அரசியல் முன்னணியை உருவாக்கினார். இந்த ஆண்டில், அவருடைய இக்காலத்திய கதைகள், கவிதைகள், கட்டுரைகள் அடங்கிய ‘போர்ப்பறை’ என்ற தொகுப்பு வெளிவந்தது. பூரண சர்வோதய மலர்ச்சிக்குக் கட்டியங்கூறும் பறை முரசாக இந்நூல் முன்வைக்கப் பட்டது. சாகித்திய மண்டலப் பரிசும் பெற்றது.

இக்காலகட்டத்தில் எழுத்து, சமூகப்பணி இரண்டிலும் முழு மூச்சாக ஈடுபட்டிருந்தார். புங்குடு தீவு கண்ணகி அம்மன் நன்னீர்க் கிணறுகளில் தாழ்த்தப்பட்டவர்களுக்கும் இடமளிக்கும்படி இவர் நடத்திய போராட்டங்கள் ஒன்றின்போது போலீசார் தடியடிப் பிரயோகம் செய்து இவரை ஒரு மாதம் சிறையில் அடைத்தனர். இதனைத் தொடர்ந்து தாழ்த்தப்பட்ட மக்கள் தண்ணீர் அள்ளும் உரிமை பெறுகின்றனர்.

பின்னர் 2 மாதம் நோய்வாய்ப்பட்ட நிலையில் 1973ஆம் ஆண்டு ஏப்ரல் 2ஆம் தேதி மரணமடைந்தார். ‘போர்ப் பறை’க்குப் பின்னர் இவர் எழுதிய கட்டுரைகள், கவிதைகள், சம்பாஷணைகள், ‘கலைஞனின் தாகம்’ என்ற நீள்படைப்பு ஆகியவை அடங்கிய தொகுப்பு ‘மெய்யுள்’ என்ற புத்தகமாக 74இல் வெளிவந்தது. சகல இயக்கங்களையும், அவற்றின் இயக்க

விதிகளையும் மெய்யின் பின்னணியில் விரித்துக்காட்டும் நூல் இது.

பத்தாண்டுகளுக்கு முன்னர் ஈழத்து இலக்கிய முயற்சிகளை அறிய விழையும் மனோபாவம் தமிழக இலக்கியச் சூழலில் தளிர்விட்டது. அப்போது மு. தளையசிங்கத்தின் ஆளுமை உணரப்பட்டதைத் தொடர்ந்து, ஒரு தனி வீடு, புதுயுகம் பிறக்கிறது, போர்ப்பறை, மெய்யுள் ஆகிய புத்தகங்களை கோவை சமுதாயம் பிரசுராலயம் வெளியிட்டது.

ஞான உயிர்த்துடிப்பை அடியோட்டமாகக் கொண்டு வாழும் பாரம்பரியச் செழுமைமிக்க சமூகங்களில் ஒன்றான ஈழத்தில் பிறந்த தளையசிங்கம் அந்த அடியோட்டத்திலிருந்து தன் காலத்துக்கான கனவை மீட்டுருவாக்கம் செய்தார். அவருடைய எழுத்தோடு வாசகர்கள் கொள்ளும் உறவு, வாழ்வைப் புதிதாக மலரச் செய்யும்.

(புதிய பார்வை, 1996)

அரு. ராமனாதன்
பன்முக ஆளுமை

படைப்பாளியாக, பதிப்பாளராக, பத்திரிகை ஆசிரியராகத் தமிழ்ச் சூழலில் தன் அடையாளங்களைப் பதித்திருப்பவர் அரு. ராமனாதன். சரித்திர அறிவு, சரித்திரத்தைப் பரிசீலிப்பதில் புதிய பார்வை, சிந்தனை மரபுகள் மீதான நாட்டம், படைப்பூக்கம், எழுத்து, நூல் வெளியீடு, பத்திரிகை என தான் செயல்பட்ட தளங்களில் வியாபாரரீதியான செயல்திட்டங்கள் ஒருபுறம், தன் காலத்துக்கான தேவையை நிறைவேற்றும் அர்த்தமுள்ள முயற்சிகள் மறுபுறம் என்ற இசைவான போக்கு. இவற்றின் ஒத்திசைவான ஆளுமையே அரு. ராமனாதன்.

1924ஆம் ஆண்டு ஜூலை 7ஆம் தேதி, ராமநாதபுரம் மாவட்டம் கண்டனூரில் பிறந்த இவர்

பச்சையப்பன் கல்லூரியில் சரித்திர பாடத்தில் இண்டர்மீடியட் முடித்தார். வரலாறு, இவருடைய ஆளுமையின் முனைப்பான அம்சமாகத் தொடர்ந்து நீடித்திருக்கிறது.

1947ஆம் ஆண்டு, தன் 23ஆவது வயதில், 'காதல்' மாத இதழைத் திருச்சியிலிருந்து கொண்டுவந்தார். முதல் இதழ் 47ஆம் ஆண்டு நவம்பர் மாதம் வெளிவந்தது. அன்றைய தமிழ்ச்சூழலில் இது ஒரு அசுர காரியம். விபரீத முயற்சி. காதல் என்ற வார்த்தையையே ஒரு அரூசையாகத் தமிழ்ச் சமூக மனம் கற்பித்துக் கொண்டிருந்த காலம். இவ்வளவுக்கும் சற்றும் அருவெறுப்பற்ற ரசமான காதல் கதைகளே இவ்விதழில் இடம்பெற்றன. கு.ப.ரா.வின் புனைவுலகம் சற்றே நெகிழ்ந்து, தளர்ந்து, நீர்த்துப் போயிருந்தால் என்னவாகியிருக்குமோ அத்தகைய கதைகளே இவை. அவருடைய வாழ்நாளின் இறுதி வரை இதழ் தொடர்ந்து வந்தது. தன் 50ஆவது வயதில் 1974ஆம் ஆண்டு அக்டோபர் மாதம் 18ஆம் தேதி அவர் இறந்த பின்பும் நான்கைந்து ஆண்டுகளுக்கு இதழ் தாக்குப் பிடித்தது.

திருச்சியிலிருந்து இதழைக் கொண்டுவந்தபோதிலும் அச்சேற்றத்துக்காக சென்னை வந்துபோக வேண்டியிருந்ததால் ஓரிரு ஆண்டுக்குள்ளாகவே சென்னைக்குத் தன் குடியிருப்பையும் அலுவலகத்தையும் மாற்றினார்.

1952இல் பிரேமா பிரசுரம் என்ற பதிப்பகத்தைத் தொடங்கினார். 50களிலும் 60களிலும் வெகுஜன வாசிப்பை வெகுவாக ஈர்த்திருந்த பி.டி.சாமி, மேதாவி, சிரஞ்சீவி, சந்திரமோகன் ஆகியோரின் நூற்றுக்கணக்கான மர்ம நாவல்களை வெளியிட்டார். இவ்வகையில் பதிப்பகம் பொருளாதார ரீதியாக ஸ்திரப்பட வகைசெய்த அதேசமயம், சிந்தனையாளர் வரிசை ஒன்றை நேர்த்தியாகப் பதிப்பித்ததில் இவருடைய அருமையும் அக்கறையும் வெளிப்பட்டிருக்கிறது. இவ்வரிசை நூல்கள் அறிமுகம் என்ற வகையில் மிக முக்கியமானவை. ஒவ்வொரு நூலையும் தேர்ந்தெடுத்த சிந்தனையாளரின் அறிமுகமும் வரலாறும், நூல் சுருக்கங்கள், சிந்தனைத் திரட்டு என 3 பொதுவான பகுதிகள் கொண்டதாகத் திட்டமிட்டு உருவாக்கியிருப்பது ஒரு தேர்ந்த பதிப்பாளராக இவரை அடையாளம் காட்டுகிறது.

சிந்திப்பது என்ற தன்மைதான் உயிர்ராசிகளில் மனிதனை மேலானவனாக ஆக்கியிருக்கிறது. சிந்தனை வளத்தின் அவசியத்தை உணரும் ஒவ்வொரு தமிழ் வாசகரும் இவ்வரிசையில் வெளியான 17 நூல்களையும் வாசிக்க முன்வர வேண்டும். டார்வின், பிளேட்டோ, கார்ல் மார்க்ஸ், ரூசோ, பெஞ்சமின்

ஃபிராங்ளின், இங்கர்சால், எமர்ஸன், வால்டேர், மாக்கியவெல்லி, ஃப்ராய்டு, மாண்டெய்ன், கம்பூசியஸ், சா அதி, நீட்ஷே, தொல்காப்பியர், ஐன்ஸ்டைன் ஆகியோர் இவ்வரிசையில் வெளிப்பட்டுள்ளனர். பிளேட்டோ, ஃபிராங்ளின் பற்றிய நூல்கள் அரு. ராமனாதனே எழுதியவை.

இப்பதிப்பகத்தின் மற்றுமொரு குறிப்பிடத்தகுந்த வரிசை, பழம் பெருங்கதைகள். கதைக்குள் கதையாக விரிந்து பரவும் தொன்மையான கதைக் களஞ்சியங்கள், ஏராளமான அழகிய கோட்டுச் சித்திரங்களுடன் இந்த வரிசையில் வெளியாகின. இவர் வெளியிட்ட விக்கிரமாதித்தன் கதைகள் மிகவும் பிரசித்தி பெற்றது. என் 12ஆவது வயதிலிருந்து ஒவ்வொரு விடுமுறையின் போதும் பல வருடங்கள் இப்புத்தகத்தைப் பலமுறை வாசித்திருக் கிறேன். என் வாசிப்புப் பழக்கம் இதிலிருந்து தொடங்கியதுதான். அப்போது எங்கள் வீட்டிலிருந்த இரண்டே புத்தகங்களில் ஒன்று இது (மற்றொன்று, ராஜாஜியின் மகாபாரதச் சுருக்கம்). இவ் வரிசையில் இவர் வெளியிட்ட முக்கியமான பிற நூல்கள்: மதன காமராஜன் கதை, கதைக் கடல் என்ற தலைப்பில் மகாகவி சோமதேவ பட்டரின் கதா சரித சாகரம், பாட்டி சொன்ன கதைகள், நான்கு பக்கீர்கள் கதை, நம் நாட்டுப் புராதன நாடோடிக் கதைகளடங்கிய திராவிட நாட்டுக் கதைகள்.

ஒரு படைப்பாளியாக அரு. ராமனாதனுக்கு வெகுஜன வரவேற்பு பெற்றுத் தந்தது 'ராஜ ராஜ சோழன்' நாடகம். இவருடைய 'அசோகனின் காதலி' அசோகனின் செறிவான வரலாற்றுப் பதிவுகள் கொண்டது. தங்கப்பதுமை, பூலோக ரம்பை, ராஜ ராஜ சோழன் போன்ற திரைப்படங்களுக்குத் திரைக்கதை வசனம் எழுதியிருக்கிறார். கலைமாமணி விருது அறிவிக்கப்பட்ட முதல் ஆண்டான 1967லேயே அன்றைய முதலமைச்சர் அண்ணாதுரையால் இவ்விருது அரு. ராமனாதனுக்கு வழங்கப்பட்டது.

இவை ஒருபுறமிருக்க, படைப்பாளியாக அரு. ராமனாதனின் முக்கியத்துவத்தை வலியுறுத்தும் நாவல், 'வீரபாண்டியன் மனைவி'. அரசர் கால, இடைக்காலச் சரித்திரத்தைப் பின்புலமாகக் கொண்ட எண்ணற்ற எழுத்துக் குவியல்களுக்கிடையே வலுவான ஒரே படைப்பு என்று நாம் இதைக் கொள்ளலாம். இந்நாவல், வரலாற்றின் மீதான நம் பார்வையில் புதிய வெளிச்சம் பாய்ச்சுகிறது. கம்பன், கம்பராமாயணத்தை இயற்றி அரங்கேற்றும் காலப் பின்புலம்தான் இந்நாவலின் காலம். அதே சமயம் கம்பராமாயணக் கதையையே இந்நாவல், கதைப்போக்கிலும்

நிகழ்வுத் தளத்திலும் மீண்டும் முன்வைக்கிறது. ஒவ்வொரு அத்தியாயமும் கம்பராமாயண வரிகளை முன்வைத்தே ஆரம்பமாகிறது. இந்நாவலின் சூத்திரதாரியான ஜனநாதனின் பார்வையில் நாவலின் மூன்று பாகங்களும் முறையே யுத்த காண்டம், சுந்தர காண்டம், பால காண்டம் என்ற தலைகீழ் நிலையில் விளக்கம் பெறுகின்றன. 'மனிதனுக்கு அப்பால் மகா மனிதனின் வருகையையும் நன்மை தீமைகளுக்கு அப்பால் வல்லமையையும், பற்றிச் சிந்தித்த நீட்ஷேயின் பாதிப்பில் உருவாகியிருக்கும் பாத்திரம்தான் வாள்நிலை கண்டான் ஜனநாதக் கச்சிராயன்.

இந்நாவல் சரித்திரத்தின் மீதான நம் பார்வையை ஊடறுக்கும் விதம் முக்கியமானது. அது, நம் 'பொற்கால' பாவனைகளைக் கேள்விக்குள்ளாக்குகிறது. சோழப் பேரரசை விஸ்தரிக்க முனையும் குலோத்துங்க சோழனின் பிரயாசைகளையும் மனோபாவங்களையும் எதேச்சதிகாரமாகவும் ஆதிக்க மனோபாவமாகவும் காண்பது மட்டுமல்ல; அது எப்படி மக்கள் உரிமைகளுக்கும், கலாசார வாழ்வுக்கும் குந்தகம் விளைவிக்கிறது என்பதையும் ஜனநாதனின் பார்வையில் நாவல் வலுவாக முன் வைக்கிறது. மேலும் ஜனநாதனின் புத்தி பிறப்பிக்கும் சொல்லாடல்கள் இருபுறமும் கூர்கொண்ட கத்தியின் வீச்சாக நாவல் முழுவதும் விரவி நாவலுக்குப் பன்முகப் பரிமாணங்களை விளைவிக்கின்றன.

ஜெயமோகன் தன் 'நாவல்' புத்தகத்தில் கல்கியைக் கோலாகலமாகக் கொண்டாடுவது விநோதமென்றால் இப்படியான ஒரு நாவலைக் கவனிக்காமல் ஒதுக்கியது விபரீதம். வெகுஜனத் தேர்வின் பாரத்தைச் சுமந்து திரிவதால் நிகழ்ந்துவிடும் விபரீதமிது.

பாசாங்கு என்பது 20ஆம் நூற்றாண்டு தமிழ்ச் சமூக மனத்தைப் பீடித்திருக்கும் ஒரு நோய்க் கிருமி. இதுதான் காதல் இதழை நடத்தியதற்காக அரு. ராமனாதனை ஒதுக்கியது. ஆனால் காலத்தின் தேவையை உணர்ந்தறிந்து செயல்பட்ட அவருடைய பங்களிப்புகளை அவ்வளவு சுலபத்தில் புறக்கணித்துவிட முடியாது. இவரைப் போன்ற ஓர் ஆளுமையாளரைக் காலம் மறக்க முற்படும்போது நாம் நினைவுகூர்ந்து செயல்பட வேண்டியிருக்கிறது. அது நம் பயணத்தின் தொடர்ச்சிக்கு உத்வேகமளிப்பதற்கான' அவசியமாகவும் இருக்கிறது.

(புதிய பார்வை, 1996)

மயிலை சீனி. வேங்கடசாமி
வரலாற்றின் திசைகளில் நெடிய பயணம்

வரலாற்றுப் பதிவுகளின் அவசியத்தை உணர்ந்து மிகுந்த அக்கறையோடும் பொறுப்போடும் 50 ஆண்டுகளுக்கும் மேலாக ஆய்வுப் பணியும் எழுத்துப் பணியும் மேற்கொண்டவர் மயிலை சீனி. வேங்கடசாமி.

கடந்த காலங்களின் செழுமையான வரலாற்றோடு நம் உறவு துண்டிக்கப்பட்டுவிட்ட பரிதாப நிலையே நம்முடைய இன்றைய அவலத்துக்குக் காரணம். 'தற்காலத்துத் தமிழ்ச் சமூகம் தனது பழைய அழகுக் கலைச் செல்வங்களை மறந்துவிட்டது. தன் பெருமை தானறியாச் சமூகமாக மாறிவிட்டது' என்று வேதனையோடு குறிப்பிடும் மயிலை சீனி. வேங்கடசாமி இந்நிலை

மாற வேண்டும் என்ற பிரயாசையோடும், நம் வரலாற்றோடு நம்மைப் பிணைக்கும் முகமாக, வரலாற்று ஆய்வுகளும் எழுத்துப் பணியும் மேற்கொண்டார்.

1900ஆம் ஆண்டு மயிலாப்பூரில் பிறந்த இவர் 80 ஆண்டுகள் வாழ்ந்து 1980ஆம் ஆண்டு மே 18ஆம் தேதி மறைந்தார். கடைசி 10 ஆண்டுகள் மூளை நரம்பு பாதிக்கப்பட்ட நிலையில் செயல் பாடுகள் அற்றிருந்தார். அதற்கு முன்னதாக, 50 ஆண்டுகள் அயரா முனைப்போடு, கலை, இலக்கியம், சமயங்கள், கல்வெட்டியல், சொல்லாராய்ச்சி, நாணயவியல், வரலாறு போன்ற பல துறைகளில் ஆய்வுகள் மேற்கொண்டு பல்வேறு புத்தகங்கள் எழுதியிருக்கிறார். இவர் எழுதியிருக்கும் புத்தகங்கள் சிலவற்றின் பெயர்களைக் கவனித்தாலே இவருடைய பரந்துபட்ட அறிவும் அக்கறைகளும் வெளிப்படும்.

பௌத்தமும் தமிழும், சமணமும் தமிழும், கிறிஸ்துவமும் தமிழும், சமயங்கள் வளர்த்த தமிழ், மகாபலிபுரத்துச் சைன சிற்பம், இறைவன் ஆடிய ஏழு வகைத் தாண்டவங்கள், தமிழர் வளர்த்த அழகுக் கலைகள், மகேந்திரவர்மன், நரசிம்மவர்மன், மூன்றாம் நந்திவர்மன், கௌதம புத்தர், கொங்கு நாட்டு வரலாறு, துளு நாட்டு வரலாறு, சங்க காலத் தமிழர் வாணிகம், மறைந்துபோன தமிழ் நூல்கள், சங்க இலக்கியத்தில் சில செய்திகள், பத்தொன்பதாம் நூற்றாண்டில் தமிழ் இலக்கியம், சங்க காலப் பிராமியக் கல்வெட்டுகள், உணவு நூல் என்று விரிந்துகொண்டே போகிறது, இவர் எழுதிய நூல்களின் பட்டியல்.

வீட்டில் மூன்றாவது பையனான சீனி. வேங்கடசாமியின் தந்தை மயிலை சீனிவாச நாயக்கர் பரம்பரைச் சித்த மருத்துவர். சீனி. வேங்கடசாமியின் இரண்டாவது அண்ணன் சீனி. கோவிந்தராசன் தமிழ்ப் புலமை பெற்றவர். இளமையிலேயே இறந்துவிட்ட இவர் 2 நூல்களும் எழுதியிருக்கிறார். சிறு வயதில் இவரிடம்தான் சீனி. வேங்கடசாமி தமிழ் கற்றார். பின்னர் அந்நாளில் நன்கு அறியப்பட்டிருந்த மயிலை சண்முகம் பிள்ளையிடம் இலக்கிய இலக்கணம் பயின்றார்.

மயிலை சீனி. வேங்கடசாமி நீதிக் கட்சியின் நாளிதழாக வெளிவந்துகொண்டிருந்த 'திராவிடன்' ஆசிரியர் குழுவில் சேர்ந்து முதலில் பணியாற்றினார். பத்திரிகை எழுத்தானது, அவருக்கு உரைநடையில் வீச்சையும் சரளத்தையும் ஏற்படுத்திக்கொடுத்தது. இப்பணியில் அவர் நீடிக்கவில்லை. அதிலிருந்து விலகிச் சில

காலம் வீட்டில் இருந்தார். இச்சமயத்தில்தான் அவருக்கு ஓவியத்தில் ஈடுபாடு ஏற்பட்டது. அன்று அழகியதொரு கிராமமாக இருந்திருக்கக்கூடிய மயிலாப்பூரின் இயற்கைப் பொலிவுகளை வரைய முற்பட்டார். இந்த ஈடுபாடு பிரசித்தி பெற்ற எழும்பூர் ஓவியப் பள்ளியில் (இப்போதைய சென்னை ஓவியக் கல்லூரி) சேரவைத்தது. இது அவர் வாழ்வில் முக்கியமான திசைமாற்றம். தமிழ்ப் புலமையோடு கலைப்பயிற்சியும் கூடியதில் அவருடைய ஆய்வு மனம் வரலாற்றின் பல்வேறு திசைகளினூடாகப் பயணம் கொண்டது.

இத்தருணத்தில் குடும்பத்தின் பொருளாதார நிலைமை, நிரந்தரப் பணியொன்றை மேற்கொண்டாக வேண்டிய அவசியத்தை அவருக்கு உருவாக்கியது. ஆசிரியர் பயிற்சியில் தேறி மயிலாப்பூர் நகராட்சிப் பள்ளியில் ஆசிரியராகப் பணியேற்றார். ஆசிரியர் பணியில் அவருக்குக் கிடைத்த ஓய்வு நேரம், அவருடைய ஈடுபாடுகளுக்குப் பெரிதும் உதவியது. ஓவியப் பயிற்சியும், தமிழிலக்கியக் கல்வியும் கோவிலை மையமாகக் கொண்ட கலை எழுச்சிகளின்மீது கவனத்தைக் குவித்தது. அவற்றை அறிவுபூர்வமாக விரித்துரைக்க் தொல்லிவியல், மானுடவியல், கல்வெட்டியல் போன்ற துறைகளையும் முனைப்புடன் கற்றறிந்தார். தமிழ்நாட்டில் நிலவிய சமயங்களை எல்லாம விருப்பு வெறுப்பற்று ஆய்வு மனப்பான்மையோடு ஆராய்ந்து கற்றார். இடையறாது அவர் தனது அறிவெல்லைகளை விரித்துக்கொண்டே போனதன் மூலம் அவருடைய எழுத்துப் பரப்பும் ஆழ்ந்து விரிந்தது.

வரலாற்றுப் பார்வையும், சமூகவியல் மனோபாவமும், கல்வித் தேர்ச்சியும், ஆய்வுத் திறனும், வெளியீட்டு நுட்பமும், எல்லாவற்றுக்கும் மேலாகக் கடந்த காலங்களின் செழுமையை நிகழ்காலச் சமூகத்தோடு பிணைப்பதன் அவசியத்தை உணர்ந்த உத்வேகமும் அவருடைய பல நூல்களுக்கும் கட்டுரைகளுக்கும் வலுவூட்டியிருக்கின்றன.

கடந்த கால வளங்களை எழுத்தாக்குவதற்கென்றே தம் முழு வாழ்வையும் ஒப்படைத்த மயிலை சீனி. வேங்கடசாமி அதன் காரணமாகவே திருமணம் செய்துகொள்ளவில்லை. அவருடைய தமக்கையார் அவரை நன்கு பேணிப் பராமரித்திருக்கிறார்.

மயிலை சீனி. வேங்கடசாமி நாம் தாழ்ந்து போனதற்காகத் துக்கப்பட்டவர். நம் பெருமைகளை ஆய்வுபூர்வமாக விரித்துரைத்தவர். நம் மீட்சிக்கான அடையாளங்களை

மீட்டுத் தந்தவர். வரலாற்றை மட்டுமல்ல, இவரைப் போன்ற உயர்ந்த ஆய்வாளர்களையும் நாம் நம் சமூக நினைவுகளில் இழந்துகொண்டு வருவது துரதிர்ஷ்டவசமானது. இவருக்கு நீண்டதொரு வாழ்த்துப் பா எழுதிய பாரதிதாசனின் வரிகளில் வெளிப்படுவது இவருடைய அருமை மட்டுமல்ல, நம்முடைய நிலைமையும் கூடத்தான்:

தமிழையே வணிகமாக்கித்
தன் வீடும் மக்கள் சுற்றம்
தமிழிலே பிழைப்பதற்கும்
தமிழ் முதலாக்கிக் கொண்ட
பல்கலைத் தலைவன் எல்லாம்
தமிழ்ச் சீனி வேங்கடத்தின்
கால்தூசும் பெறாதோர் என்பேன்
... .
... .
எஞ்சுவ துமக் கொன்றுண்டோ
இவனை நீர் மறந்து விட்டால்

(புதிய பார்வை, 1997)

ரோஜா முத்தையா
விந்தை மனிதர்

ஒரு விந்தைக் கதைக்கே உரிய சவால்களும், நெருக்கடிகளும், துயரங்களும், அற்புதங்களும் இறுதியில் சுபீட்சமும் நிறைந்தது ரோஜா முத்தையாவின் வாழ்க்கை. அதிஅற்புத ஈடுபாட்டுக் காகத் தன் முழு வாழ்வை அர்ப்பணித்ததன் மூலம் ஒரு சரித்திர நிகழ்வாக அமைந்துவிட்ட வாழ்க்கை அவருடையது. தன் காலத்தின், சமூக மனத்தின் கண்ணாடி அறையாக அவருடைய பிரமாண்டமான புத்தக சேகரிப்பு அமைந்துவிட்டது.

அச்சு யந்திரம், அதுவரையான மனிதகுல வரலாற்றில் ஓர் அபார கண்டுபிடிப்பு என்பதில் சந்தேகமில்லை. உலகை ஒரு கண்ணாடிக் கோளமாக மாற்றியமைத்த நிகழ்வு அது. தன் தாய் மொழியில் அச்சான ஒவ்வொரு தாளையும்

நேசித்த மனிதர் ரோஜா முத்தையா. அவற்றைச் சேகரிப்பதையும் பாதுகாப்பதையுமே தன் முழு வாழ்வுப் பணியாக 50 ஆண்டுகள் மேற்கொண்டிருந்த விசித்திர மனிதர். இத்தன்மையில் அவருக்கு இணையான இன்னொரு மனிதரை இந்த உலகம் கண்டிருக்குமா என்பது சந்தேகமே.

பிரசித்தமான தனிமனித சேகரிப்பு நூலகங்கள் எப்போதும் எங்கும் இருந்திருக்கின்றன. ஆனால் அவை அந்தத் தனிமனிதரின் ஈடுபாடுகளைச் சார்ந்த சேகரிப்புகளாகவே அமையும். ரோஜா முத்தையாவுக்கோ அச்சேறிய தாள் என்பதே பெரும் ஆவலாக இருந்திருக்கிறது. தன் காலத்தின், சமூகத்தின், மக்களின் சாராம் சத்தை அச்சுத்தாள்களின் மூலம் வசப்படுத்த அவர் மேற்கொண்ட பிரயத்தனங்கள் பிரமிப்பூட்டுபவை. தமிழ்மொழியில் அச்சான எந்த ஒன்றையும் இழந்துவிடக் கூடாது என்ற எண்ணம் அவரை ஆக்கிரமித்து வழி நடத்தியிருக்கிறது. இது அபூர்வம். இந்த அபூர்வத்திலிருந்து உருவானதுதான் அவருடைய அதிஅற்புத சேகரிப்புகள்.

இவர் சென்னையில் உருவப்பட ஓவியராகவும், கமர்ஷியல் ஆர்டிஸ்டாகவும் வாழ்வைத் தொடங்கினார். இக்காலத்தில் அபூர்வ தபால் தலைகள் சேகரிப்பதில் அவருக்கு ஆர்வம் மேலோங்கி யிருக்கிறது. இந்த ஆர்வமும் சேகரிப்பும்தான் பின்னாளில் அவர் தன் குடும்பத்தை நடத்தவும், நெருக்கடியான தருணங்களில் புத்தகங்கள் வாங்கவும் கை கொடுத்தது. அக்காலகட்டத்தில் புகைப்படக் கலை வலுவாக ஸ்திரப்பட்டதைத் தொடர்ந்து, உருவப் பட ஓவியராக வாழ்வை நகர்த்துவதிலுள்ள சிரமங்களை அறிந்து சொந்த ஊரான கோட்டையூர் திரும்பினார்.

ரோஜா முத்தையா, செட்டியார் வகுப்பைச் சேர்நதவர். புத்தக சேகரிப்பு ஆர்வத்தைத் தந்தையிடமிருந்து ஸ்வீகரித்தார். கலையம்சத்தோடு தங்கள் இல்லங்களை நிர்மாணிப்பதிலும், கலை கைவினைப் பொருள்கள் சேகரிப்பதிலும் ஆர்வமிக்க சமூகமது. பழந்தமிழ் இலக்கியங்கள்மீது அபார நாட்டம் கொண்ட சமூகம். பிறப்பு, இறப்பு, திருமணம், சடங்கு போன்ற நிகழ்வுகளின்போது புத்தகங்கள் அச்சிட்டு உறவுக்கும் சுற்றத்துக்கும் அளிக்கும் சமூகம் (பொருள் ஈட்டும்முகமாக அந்நிய மண்ணுக்குப் புலம்பெயரும் ஒரு சமூகம், தாய் மண்ணின் கலாசார அடையாளங்களைப் பேணுவதில் விசேஷ கவனம் கொள்வதன் தாத்பரியம் உணரக்கூடியதுதான்.) இச்சமூகத்தைச்

சார்ந்த ரோஜா முத்தையாவுக்கு புத்தக சேகரிப்பில் ஆர்வம் எழுந்ததில் வியப்பில்லை. ஆனால் அந்த ஆர்வம் செயலூக்கமாகி 50 ஆண்டுகளின் அயராத சேகரிப்புக்கு ஆதாரமாக இருந்ததுதான் அவரைத் தனித்துவமிக்க ஆளுமையாக்கி இருக்கிறது.

அவருடைய 50 ஆண்டு கால சேகரிப்பு என்பது இன்று புத்தகங்களும் இதழ்களுமாக ஒரு லட்சம்; ஓலைச் சுவடிகள், கைவினைப் பொருட்கள், அபூர்வமான தபால் தலைகள் – முத்திரைகள்; நாடக நோட்டீஸ்கள், திரைப்படப் போஸ்டர்கள், திரைப்படப் பாட்டுப் புத்தகங்கள் என விரிகிறது. செய்தித்தாள் களிலிருந்து கத்திரிக்கப்பட்ட பல்லாயிரக்கணக்கான குறிப்புகளை அவற்றின் பொருளுக்கேற்ப தனித்தனி உறைகளில் போட்டுவைத் திருக்கிறார். புத்தகங்கள் சேகரிப்பவர்களிடமிருந்தும், பழைய பத்திரிகை, புத்தகக் கடைகளிலிருந்தும் இவருடைய சேர்மானம் பெருகியிருக்கிறது.

1803ஆம் அண்டு வெளியான 'நிஷ்டா அனுபூதி மூலம்' புத்தகம் தொடங்கி கிட்டத்தட்ட 200 ஆண்டு காலப் பொக்கிஷங்கள் அவை.

தன் வீட்டின் சகல அறைகளிலும், வாடகைக்கு எடுக்கப்பட்ட இரண்டு வீடுகளிலும் சேகரிப்புகள் நிறைந்து இருந்திருக்கின்றன. ரோஜா முத்தையாவிடம் நெருங்கிய தொடர்பு கொண்டிருந்த எழுத்தாளர் கி.அ. சச்சிதானந்தம், "வீட்டின் புத்தகக் குவியல்களுக் கிடையே முத்தையா செட்டியார் அமர்ந்திருப்பதைப் பார்க்க, பாற்கடலில் விஷ்ணு வீற்றிருப்பதைப் போல இருக்கும்" என்கிறார்.

ரோஜா முத்தையா தன் சேகரிப்புகளுக்கு முறையான 'கேட்லாக்' எதுவும் வைத்திருக்கவில்லை. ஆனால் தன் மனத்தின் பல்வேறு அறைகளில் அவற்றின் எண்ணற்ற அடுக்குகளில் புத்தகங்களை இருத்தி நினைவில் கொண்டிருந்திருக்கும் விந்தையை நினைக்க ஆச்சரியமாக இருக்கிறது.

ஒருமுறை சச்சிதானந்தம் ஒரு குறிப்பிட்ட புத்தகம் பற்றிக் கேட்டபோது, அது இருக்குமிடத்தைத் திசை அடையாளங்கள் சொல்லி எடுத்து வரும்படி சொல்லியிருக்கிறார் (கிழக்கு, மேற்கு என திசைகளைத்தான் அடையாளமாகச் சொல்வாராம். இடது, வலது என்று குறிப்பிடுவதில்லை). அதை எடுத்து வந்த சச்சிதானந்தம், பின்னர் அதை அங்கு கொண்டுபோய் வைத்தபோது புத்தகத்தைத் தலைகீழாக வைத்துவிட்டிருக்கிறார். அப்போது ரோஜா முத்தையா, "மனுசன்தான் சிரசாசனம் செய்யணும். புத்தகம் எதுக்குப் பண்ணனும்" என்றாராம்.

பெண்ணிய ஆய்வாளரும் தமிழ்ப் படைப்பாளியுமான அம்பை, பெண்களின் பிரச்சனைகள் பற்றித் தகவல் சேகரிக்க 1972இல் கோட்டையூர் சென்று முத்தையாவைப் பார்த்திருக்கிறார். அவரிடம் இருந்ததைப் போன்று அத்துறை சார்ந்த புத்தகங்கள் வேறெங்கும் இல்லை என்று குறிப்பிடுகிறார் அம்பை.

உண்மையான ஆர்வமும், ஈடுபாடும், முனைப்பும் கொண்ட ஆய்வாளர்களுக்கு முத்தையா பெரிதும் உதவியாக இருந்திருக்கிறார். அவரை அணுகும் ஒருவர், இன்ன வகையான அல்லது குறிப்பிட்ட ஒரு புத்தகம் இருக்கிறதா என்று கேட்ட மாத்திரத்தில், அப்படி எதுவும் தன்னிடமில்லை என்று எடுத்த எடுப்பிலேயே கூறிவிடு வாராம். அதன் பிறகு அவர்கள் காட்டும் முனைப்பை அறிந்த பிறகே ஆவன செய்வாராம். அம்பைக்கும் இது நேர்ந்து, பின்னர் 2 வாரங்கள் அங்கு தங்கி குறிப்புகள் எடுத்திருக்கிறார்.

புத்தகங்களைப் பேணுவதற்காக அவர் பயன்படுத்திய மருந்துப் பொருள் அவர் உடலைக் குலைத்தது. இரசாயனப் பொருள் உடலுக்கு நோய் தந்திருப்பதை இறப்பதற்கு ஐந்து ஆண்டுகளுக்கு முன்பாக ரோஜா முத்தையா அறிந்துகொண்டார். எனினும், புத்தகங்கள் சேகரிப்பதையோ, மருந்துப் பொருளைப் புத்தகங் களுக்குப் பயன்படுத்துவதையோ அவர் நிறுத்தவில்லை. புத்தகங்கள் சேகரிப்புக்காக செலவிட்ட பணம் குடும்பத்தைத் தடுமாற வைத்தது.

தன் வாழ்வின் இறுதி ஆண்டுகளில் மரணத்தின் அருகாமையை உணரத் தொடங்கிய அவர், தன் சேகரிப்புகளைச் சரியான, பொறுப்பான எவரிடமாவது விற்றுவிட முயற்சிகள் மேற்கொண்டார். தன் மகளின் திருமணத்தை நடத்தியாக வேண்டிய பொறுப்பும் இம்முடிவை நோக்கி அவரை நகர்த்தியது. அம்முயற்சி நிறைவேறாமலேயே தன் 66ஆவது வயதில் 92ஆம் ஆண்டு மரணமடைந்தார்.

அவர் இறந்து 3 ஆண்டுகளுக்குப் பிறகு அவருடைய சேகரிப்புகளை சிகாகோ பல்கலைக்கழகம் வாங்கியிருக்கிறது. சிகாகோ பல்கலைக்கழகத்துக்கு இச்சேகரிப்புகளின் அருமையை எடுத்துரைத்த அம்பை, ஆதரித்த சிகாகோ பல்கலைக்கழகப் பேராசிரியர் மறைந்த ஏ.கே ராமானுஜம், துணைநின்ற 'மொழி' அமைப்பு ஆகியோரின் பணி போற்றுதற்குரியது.

'ரோஜா முத்தையா ஆய்வு நூலகம்' என்ற பெயரில் அவருடைய சேகரிப்புகள், சென்னை முகப்பேரில் உள்ள தனிக் கட்டிடத்தில் நவீன ஏற்பாடுகளுடன் இயங்கிவருகிறது. இவற்றைப் பராமரிக்கவும், கணிப்பொறி அட்டவணை மற்றும் மைக்ரோ ஃபிலிம் ஏற்பாடுகளுக்காகவும் சிகாகோ பல்கலைக்கழகத்துடன் இணைந்து சில அமைப்புகள் பொறுப்பேற்க முன்வந்துள்ளன. ரோஜா முத்தையாவின் சேகரிப்புகள் தமிழகத்திலேயே தக்க வசதிகளுடன் அமைந்துவிட்டிருப்பது பெரும் ஆறுதலான விஷயம்.

புத்தகங்களைக் காப்பாற்ற அவர் பயன்படுத்திய மருந்து அவர் உடலுக்கு ஊறு விளைவித்து அவருடைய மரணத்துக்கே காரணமாகியது. கடைசியில், அந்தப் புத்தகங்கள் அவர் குடும்பத்தின் நிறைவான வாழ்வுக்கு உதவியிருக்கின்றன. அவருடைய மகளின் திருமணத்தைக் கடந்த ஆண்டு அந்தப் புத்தகங்கள் சிறப்பாக நடத்திக் கொடுத்திருக்கின்றன. தம்மைப் பேணிப் பாதுகாத்தவரின் குடும்பத்துக்கு சுபிட்சமளித்துவிட்டு அவை இன்று உலகப் பொதுமையாகிவிட்டன.

(புதிய பார்வை, 1997)

மணலூர் மணியம்மாள்
வீரம் செறிந்த வாழ்வு

இருபதாம் நூற்றாண்டுத் தமிழ்ப் பெண்மணிகளில் வெகு அபூர்வமான ஆளுமையாளர் மணலூர் மணியம்மாள். 1940களின் இறுதியிலும் 50களின் தொடக்கத்திலும் தஞ்சை நாகைப் பகுதியின் பல சுற்றுப்புறக் கிராமங்களில் இந்திய கம்யூனிஸ்ட் கட்சியானது, மணியம்மாள் கட்சியென்றும் மணியம்மாவின் செங்கொடிக் கட்சியென்றுமே அறியப்பட்டிருந்திருக்கிறது. அப்பகுதிகளில் பாட்டாளி வர்க்கத்தின் ஒளிச்சுடராகவும், அம்மக்களின் ஆத்மார்த்த தலைவராகவும் பிரகாசித்த வாழ்வு இவருடையது. கதர் வேட்டி, ஜிப்பா வடிவிலான சட்டை, மேல்துண்டு, நடுவகிடெடுத்த கிராப் என ஆணின் புறத்தோற்றத்தோடு, காலத்தின் குரலுக்குச் செயல் வடிவமேற்றுப் போராடியவர்.

வெகுஜன மேன்மைக்காக அர்ப்பண உணர்வோடும், அயரா முனைப்போடும், திடசித்தத்தோடும் வாழந்த தீரர். தஞ்சை நாகைப் பகுதி கிராம மக்களின் நடவுப் பாடல்களிலும் நாட்டார் பாடல்களிலும் உயிர் கொண்டிருப்பவர். ஒரு பாடலின் சிறு பகுதி இது:

கோட்ட இடிஞ்சி விழ
கொடி பிடிச்சி அம்மா வந்தா
சாட்டை யடிக்கி முன்னே
சாகசங்கள் செய்து வந்தா.
....
....
மதிலுகள் சரிஞ்சு விழ
மணியம்மா அங்கே வந்தா
பதிலுகள் கேட்டு வந்தா
பட்ட மரம் தழைக்க வந்தா.
....
....
ஏழைக் குலம் குளிரும்
எங்கம்மா பேரு சொன்னா
மக்கள் குலம் விளங்கும்
மணியம்மா பேரு சொன்னா.

சநாதன பிராமணக் குடும்பத்தில், மூன்றாம் தாரத்தின் குழந்தைகளில் ஒருவராகப் பிறந்தவர் மணியம்மாள். வாலாம்பாள் என்பது இவருடைய இயற்பெயராக இருந்தபோதிலும் செல்லப் பெயரான மணி என்பதே நின்று நிலைத்தது. அவருடைய 10ஆவது வயதில், நாகபட்டினத்தைச் சேர்ந்தவரும் செல்வந்தருமான 35 வயது வக்கீல் குஞ்சிதபாதத்துக்கு மணி இரண்டாம் தாரமாக மணமுடித்து வைக்கப்பட்டார்.

வயதான செல்வந்தருக்கு பால்ய விவாகம் செய்து வைக்கப்பட்ட மணி, தன்னுடைய 27ஆவது வயதில் விதவையாக மணலூர் வந்து தாய் வீட்டில் தங்குகிறார். இத்திருமண உறவில் அவருக்குக் குழந்தை ஏதுமில்லை. இத்திருமணத்தில் அவருக்கு வாய்த்த ஒரே செல்வம் ஆங்கிலக் கல்வி. மணிக்கு ஆங்கிலம் கற்பிக்க, கிறிஸ்துவ திருச்சபையில் பணிபுரிந்த ஒரு வெள்ளைக் காரப் பெண்மணியை ஏற்பாடு செய்திருந்தார் வக்கீல். இப் பெண்மணியுடனான பழக்கமும் கல்வியும், சீர்திருத்தக் கருத்துகளும் கேள்விகளும் மணியம்மாளிடம் விதைக்கப்பட வழிவகுத்தன.

விதவைச் சின்னங்களோடும் மழித்த தலையோடும் மணலூரில் பூஜை புனஸ்காரமென்று வாழ்வைக் கழிக்கத் தொடங்கிய காலத்தில்தான், கைம்பெண்ணின் வாழ்வை முடமாக்கி மகிழும் சநாதன சமூகத்தின் மீதான வெறுப்பு அவருள் பற்றி எரியத் தொடங்குகிறது. சீர்திருத்த விதைகள் வேர் பிடிக்கத் தொடங்குகின்றன. ஸ்திரி தர்மம் என்ற பெயரால் இழைக்கப்படும் ஒடுக்குமுறைகளிலிருந்து திமிற முடிவெடுத்து முதல் காரியமாக பூஜை புனஸ்காரங்களை விட்டொழித்தார்.

இச்சமயத்தில்தான் அவர் வாழ்வின் இலக்குக்கு வழி சமைத்த முக்கிய சம்பவம் நிகழ்கிறது. காந்தி தமிழ்நாட்டுக்கு இரண்டாம் முறையாக வருகிறார். தஞ்சாவூருக்கு வருகை புரிந்த காந்தியை மிகுந்த மன எழுச்சியுடன் உறவினர் ஒருவருடன் போய் பார்க்கிறார் மணியம்மாள். காங்கிரஸில் சேர்ந்து பணி செய்ய முடிவெடுக்கிறார். ஆத்மார்த்தமான அரசியல் வாழ்வு ஆரம்பமாகிறது.

மணலூரில் அரசியல் பணி மேற்கொள்கிறார். சேரிக் குழந்தைகளைச் சீராட்டிப் பராமரிப்பதிலும், அவர்களுக்கு ஆரம்பக் கல்வி கற்றுக் கொடுப்பதிலும் பொழுதைப் பயனுள்ளதாக்குகிறார். சேரி மக்களுடன் ஏற்பட்ட நெருக்கத்தின் மூலம், தங்களின் நிலபுலன்களை நடுவாளாக இருந்து நிர்வகிக்கும் நபர் விவசாயக் கூலிகளுக்கு இழைக்கும் கொடுமைகளையும் சுரண்டலையும் அறிய நேர்கிறது. முதல் காரியமாக நடுவாளை நீக்கிவிட்டுத் தானே விவசாய மேற்பார்வையில் இறங்குகிறார்.

ஊரில் இரண்டு பெரிய குடும்பங்களில் ஒன்று அவர்களுடையது. இன்னொன்று, ஊரில் செல்வாக்கு பெற்ற பட்டாமணியம் பிள்ளை குடும்பம். இவ்விரு குடும்ப நிலங்களிலும் விவசாயக் கூலிகளாக வாழ்வை நகர்த்துபவர்களே சேரி மக்கள். மணியம்மாளின் புதிய நடைமுறைகள் பட்டாமணியம் பிள்ளைக்குக் கோபமூட்டி பகை கொள்ளச் செய்கிறது. மணி, தன் எண்ணங்களுக்குச் செயல் வடிவமளிப்பதில் எவ்விதத் தயக்கமும் காட்டாது செயல்படுகிறார். இதற்கிடையே அவருடைய உறவினர்கள் காங்கிரஸ் கட்சியில் செல்வாக்கு பெற்றிருந்ததால் தாலுகா காங்கிரஸ் உறுப்பினர் பதவியிலிருந்து மாகாண காங்கிரஸ் உறுப்பினராக உயர்கிறார்.

பட்டாமணியம் பிள்ளை கொண்ட பகைமையும் அதனால் தொடர்ந்து ஏற்பட்ட இன்னல்களும் மணியம்மாளின் உள்ளத்தில் மேலும் உறுதி பாய்ச்சுகின்றன. பெண் என்பதாலேயே ஏற்படும்

இழுக்குகளிலிருந்தும் இடையூறுகளிலிருந்தும் விடுபட உத்வேகம் பெறுகிறார். மாதமொருமுறை சம்பிரதாயப்படி தலை மழித்துக் கொண்டிருந்த மணியம்மாள் மழித்தலை நிறுத்துகிறார். ஏழு கெஜ சேலை, ரவிக்கைக்கும் விடை கொடுக்கிறார். கதர் வேட்டி, சட்டை, மேல்துண்டு என ஆணுடைத் தோற்றத்தை ஏற்கிறார். ஒரு மாத கிராப் முடிக்கு எண்ணெய் தேய்த்து நடு வகிடெடுத்து கம்பீரமாய் எழுச்சி கொள்கிறார். சநாதன முணுமுணுப்புகளையும் தூற்றல்களையும் துச்சமெனப் புறமொதுக்கி சிலிர்த்தெழுகிறார். ஒற்றைக் காளை பூட்டிய வண்டி ஓட்டுகிறார். சேரியில் சிலம்பம் கற்று வித்தகம் பெறுகிறார். எதையும் எதிர்கொண்டு மேல் நோக்கிப் பயணப்பட மனம் உன்மத்தம் கொள்கிறது.

மணியம்மாளின் நிமிர்ந்த, நேர்மையான, எவருக்கும் அஞ்சா போக்கு உற்றார் உறவினரிடையேயும், பழமைவாதிகளிடையேயும் பெரும் சலசலப்பை ஏற்படுத்தியதில் வியப்பில்லை. இப்போக்கு சற்றும் எதிர்பாராத ஒரு நெருக்கடிக்கு அவரை ஆளாக்குகிறது. மணலூரில் உள்ள குடும்ப நிலபுலன்களும் வீடும் சென்னையில் வக்கீலாகப் பணிபுரியும் தம்பிக்குப் பாத்தியமானவை. எல்லாச் சொத்துகளையும் பட்டாமணியம் பிள்ளைக்கே குத்தகைக்கு விட்டுவிடும் ஏற்பாட்டோடும், தாயையும் மணியையும் தன்னுடன் சென்னைக்கு அழைத்துச் சென்றுவிடும் முடிவோடும் தம்பி வருகிறார். மணியம்மாள் கிளம்ப மறுத்து, அவ்வூரில் புழங்கப்படாதிருந்த சிறு வீட்டையும், கொஞ்சம் நிலத்தையும் உடனடியாக வாங்கி மணலூரிலேயே தங்குகிறார். வண்டி, மாடு எல்லாம் இழந்த நிலையில் தன் பயணங்களுக்கு சைக்கிள் ஓட்டப் பழகிக்கொண்டு சைக்கிள் வாங்குகிறார்.

நாகை தாலுகா கிசான் கமிட்டித் தலைவராக மணியம்மாள் நியமிக்கப்படுவதிலிருந்து அவருடைய களப்பணி பல்வேறு கிராமங் களுக்கும் விரிந்து பரவுகிறது. எளிமையும், தெளிவும், உண்மையும், உறுதியும் இவருடைய பேச்சுக்கும் செயலுக்கும் ஆதார ஸ்ருதிகளாக அமைந்து கிராம மக்களை அணி திரட்டுகிறது. ஜனசக்தி பிரசுரங்களையும் புத்தகங்களையும் தருவித்துப் போகுமிடமெங்கும் விற்பனை செய்கிறார்.

நாகப்பட்டினத்தில் தனியார் நிறுவனமான 'ஸ்டீல் ரோலிங் மில்'லில் பணிபுரிந்த ஐநூறுக்கும் மேற்பட்ட தொழிலாளர்களின் குடியிருப்புகளுக்குச் சென்று அவர்களுடைய பரிதாபகரமான வாழ்க்கை நிலைமைகளை அறிகிறார். குறைந்தபட்ச அடிப்படை

வசதிகளைக் கோரி அவர்களை ஓரணியில் திரட்டுகிறார். சில வசதிகளைப் பெற்றுத் தருகிறார். அந்த ஆலையில் ஒருவர் பணி நீக்கம் செய்யப்பட்டபோது உள்ளிருப்பு வேலை நிறுத்தத்துக்கு ஏற்பாடு செய்து, அவர்கள் சார்பாகப் பேச்சு வார்த்தையில் கலந்து கொண்டு வெற்றியும் பெறுகிறார். நாகை துப்புரவுத் தொழிலாளர்களை ஒன்று திரட்டி ஓர் அமைப்புக்குள் கொண்டுவருகிறார். விவசாயக் கூலிகளுக்கும், பாட்டாளி மக்களுக்கும் சங்கத்தின் சக்தியை உணர்த்தும் பணிகளில் நகர்கிறது வாழ்வு. அவருடைய சிந்தனையும் செயலும் இயல்பாகவே அவரை கம்யூனிச இயக்கத்தை நாடச் செய்கிறது.

தொழிற்சங்க, விவசாய மாநாடுகளிலும் பேரணிகளிலும் ஆண் தோரணையோடு மணியம்மாளின் உற்சாகமான பங்கேற்பு நிகழ்ந்தபடியிருக்கிறது. கட்சிப் பணிகளைப் பரவலாக மேற் கொள்வதற்கு வசதியாகத் திருவாரூரில் ஒரு சிறு அறை எடுத்து வசிக்கிறார். அதுவே கட்சி அலுவலகமாகவும் அமைகிறது.

இந்திய சுதந்திரத்தை வெகு விமர்சையாக, முதல் லட்சிய இலக்கின் வெற்றியாகக் கொண்டாடிக் குதூகலிக்கிறார் மணியம்மாள். அதேசமயம், ஒடுக்கப்பட்ட மக்களின் உரிமைக் காகவும், நலனுக்காகவும் பாடுபடுவதிலிருந்து அவரைத் தடுக்கும் முயற்சியாக, 'தடுப்புக் காவல் சட்டத்'தின் கீழ் மணியம்மாள் கைது செய்யப்படுகிறார். முதலில் கடலூர் சிறைச்சாலைக்குக் கொண்டு செல்லப்பட்டு, பின்னர் வேலூர் சிறைச்சாலைக்கு மாற்றப்படுகிறார். கம்யூனிஸ்ட் கட்சிக்கும் தடை விதிக்கப்படுகிறது. தலைவர்கள் கைதாகிறார்கள். தலைமறைவாகிறார்கள். சங்கம் சார்ந்த சாதாரண மக்கள் கொடூரமான போலீஸ் அராஜகத்துக்கு ஆளாகின்றனர்.

வேலூர் சிறையில் பெண் கைதிகளின் அநாதரவான குழந்தைகளைக் கொண்ட பிள்ளைக் கொட்டடியின் அவல நிலையையும், அங்கு குழந்தைகள் சரியான பராமரிப்பின்றியும், உணவின்றியும், பிணியால் பீடிக்கப்பட்டு சர்வ சாதாரணமாக மரணமடைவதையும் கண்டு வேதனைக்குள்ளாகிறார். குழந்தைகளைச் சீராட்டிப் பராமரிக்கிறார். குழந்தைகளுக்குச் சத்துணவு கிடைக்கவும் வழி செய்கிறார்.

வேலூர் சிறையிலிருந்து விடுதலையாகி வெளிவந்தபோது கட்சியும் சங்கங்களும் சின்னாபின்னப்படுத்தப்பட்டிருப்பதைக் காண்கிறார். மீண்டும் சங்கங்களை நிர்மாணிக்க முனைப்பு கொள்

கிறார். கட்சி மீதான தடையும் நீக்கப்படுகிறது. மணியம்மாளுக்கு மக்கள் அணித்திரள் என்பதே கனவாகவும் செயலாகவும் ஆகிறது.

சுதந்திர இந்தியாவின் முதல் பொதுத்தேர்தல் வருகிறது. மக்கள் பிரதிநிதியாகச் செல்வதன் மூலம் மேலும் சிறப்பாகப் பணி செய்ய இயலும் என்ற நம்பிக்கையோடு தேர்தலில் நிற்க விருப்பம் தெரிவிக்கிறார். ஆனால் மேலிடம் அவரைத் தேர்ந்தெடுக்க மறுக்கிறது. ஜனநாயகத் தன்மைகளை வேரறுக்கும் வகையில் எல்லாவற்றையும் மேலாண்மை நிலையிலிருந்து தீர்மானிக்கிற, வறட்டு விதிமுறைகளை வற்புறுத்துகிற கட்சி அமைப்பு முறையானது, நிலைமைகளுக்கேற்ப சுயமான அணுகுமுறையின் மூலம் மக்களை ஒன்று திரட்டிச் சங்கத்தைப் பலப்படுத்த விழையும் மணியம்மாளின் போக்கை விபரீதமாகவும், தனிநபர் பிரபல்ய ஏற்பாடாகவுமே பார்க்கிறது. எனினும், கம்யூனிஸ்ட் கட்சியின் வெற்றிக்காக தன் சக்தி அனைத்தையும் திரட்டி தீவிர பிரச்சாரம் மேற்கொள்கிறார் மணியம்மாள். கட்சி, தேர்தலில் வெற்றியடைகிறது.

கட்சி மேலிடம் மணியம்மாளை ஓரம் கட்டும் போக்கைத் தொடர்கிறது. அவரோ, எதற்கும் சோராத நெஞ்சுரத்தோடு சங்கங்களைப் பலப்படுத்துவதிலும், கம்யூனிஸ்ட் கட்சிப் பிரசுரங்களையும், இலக்கியங்களையும் விநியோகிப்பதிலும் வெகுஜன சக்தியே தீர்மானிக்கும் ஆற்றலுடையது என்ற அடிப்படையில் செயல் முனைப்பு காட்டுகிறார்.

1953ஆம் ஆண்டு நாகையில் கம்யூனிஸ்ட் கட்சி மாநாடு. மணியம்மை கட்சியென்றும், மணியம்மாளின் செங்கொடிக் கட்சியென்றும் கிராம மக்களிடையே அறியப்பட்ட அக்கட்சி மாநாட்டில் மணியம்மாள் ஒதுக்கப்படுவதோடு மட்டுமல்லாமல் அவர்மீது ஒழுங்கு நடவடிக்கை எடுக்கவும் தீர்மானிக்கப்படுகிறது. மாநாட்டுக்கு முதல் நாள் பூந்தாழங்குடியிலிருந்து, பக்கத்து கிராமத்துக்குப் பண்ணை விவகாரம் ஒன்றைத் தீர்த்துவைக்க அழைப்பின் பேரில் செல்கிறார். பேச்சு வார்த்தைக்குப் பின் விவசாயப் பணியாளர்களிடையே விட்டுக் கொடுக்காமல் போராடும்படி உரையாற்றுகிறார். அங்கிருந்து திருவாரூர் செல்ல பஸ்ஸுக்காகக் காத்திருக்கிறார். அச்சமயத்தில் எவரும் எதிர்பாராத வகையில் அவ்வூரில் வளர்க்கப்பட்ட கொம்பு மானொன்று பாய்ந்து வந்து அவர் முதுகில் குத்தி அவரைச் சரிக்கிறது.

திருவாரூரில் பேரணி போல இறுதி ஊர்வலம். மாநாட்டுக்கு வந்திருந்த தலைவர்களும், தொண்டர்களும், பாட்டாளி மக்களும்

இறுதி அஞ்சலி செலுத்திய பிரமாண்டமான ஊர்வலம். அவருடைய மரணம் குறித்து விபத்தென்றும், திட்டமிட்ட சதி என்றும் இருவேறு கருத்துகள் நிலவுகின்றன.

மணியம்மாளின் வாழ்க்கை வரலாற்றைப் 'பாதையில் படிந்த அடிகள்' என்றொரு நாவலாக ராஜம் கிருஷ்ணன் எழுதியிருக்கிறார். இக்குறிப்பெழுத இப்புத்தகமே பெரிதும் உதவியது. அவருடைய வாழ்க்கை வரலாற்றின் அடிப்படையில் 'சுவடுகள்' என்றொரு நாடகத்தை மங்கை தயாரித்து இயக்கியிருக்கிறார்.

மணியம்மாள் நம் மண்ணில் ஒரு சரித்திர நிகழ்வு. அவர் ஒரு மார்க்சிய மேதையல்ல. ஆனால் கட்சி அமைப்பையும், தலைமையையும் விட பாட்டாளி மக்களையே நம்பிச் செயல்பட எந்தத் தார்மீகமும், ஒளியும் மார்க்சிய மேதையான ரோசா லக்சம்பெர்க்கு வழி காட்டியதோ அதே தார்மீகமும் ஒளியும்தான் இங்கு மணியம்மாளையும் வழி நடத்தியிருக்கிறது. வீரம் செறிந்த வாழ்வு அவருடையது. எண்ணற்ற மணியம்மாக்களின் வீரம் இம்மண்ணில் செறியும்போது மனிதர் வாழ்வு நலமெய்தும் என்று நம்பலாம்.

(புதிய பார்வை, 1997)

டாக்டர் முத்துலட்சுமி ரெட்டி
முதன்மைப் பெண்மணி

சமூகச் சீர்திருத்தத்துக்கான விதைகள் இந்திய மண்ணில் தூவப்பட்டு அவை வேர் பிடிக்கத் தொடங்கிய காலம், 19ஆம் நூற்றாண்டின் கடைசிக் கட்டம். இந்திய சமூகத்தின் அவலத்தைப் பிரதிபலித்த பெண்களின் நிலை பெரிதும் கவனத்துக்குள்ளாகிய காலம். மனித குல முன்னேற்றமென்பது அடிப்படையில் அது கொள்ளும் விடுதலையிலும் சுதந்திரத்திலுமே தங்கியிருக்கிறது. சுதந்திர வேட்கையில் சுடர்விட்ட இந்தக் காலத்தின் உருவகம்தான் 'டாக்டரம்மா' என்று பாசத்தோடும் மரியாதையோடும் அழைக்கப் பட்ட டாக்டர் முத்துலட்சுமி ரெட்டி. உடல்நல மருத்துவராகவும், சமூகநல மருத்துவராகவும் இசைமை பெற்ற வாழ்வு இவருடையது.

இன்றைக்குச் சரியாக 110 வருடங்களுக்கு முன்பு, 1886ஆம் ஆண்டு ஜுலை மாதம் 30ஆம் தேதி புதுக்கோட்டை சமஸ் தானத்தில் மத்திய தரக் குடும்பத்தில் பிறந்தவர் இவர். அன்றைய காலம் பெண்களின் வளர்ச்சிக்கு எதிராக முகம் திருப்பியிருந்த காலம். அத்தகைய எதிர்ச் சூழலில் பல்வேறு தளங்களில் முதல், முன்னோடிப் பெண்மணியாகத் தன்னை நிலைநிறுத்தியவர். பெண் கல்வி, பால்ய விவாக எதிர்ப்பு, விதவை மறுமணம், தேவதாசி முறை ஒழிப்பு, பெண்களின் கௌரவம், குழந்தைகள் நலம், முதியோர் பாதுகாப்பு என தன் சிறகுகளை அகல விரித்துப் போராடியவர். காலத்தின் தளைகளைத் தகர்த்தெறிந்தவர்.

1904இல் மெட்ரிகுலேஷனில் தேறி, கல்லூரியில் சேர்ந்து கல்வியைத் தொடர விரும்பியபோது எதிர்கொண்ட பிரச்சினையி லிருந்து இவர் வாழ்வு விகாசமடையத் தொடங்குகிறது. அப்போது புதுக்கோட்டையில் இருந்த மகாராஜா கல்லூரி ஆண்களுக்கு மட்டுமானதாக இருந்துவந்தது. அருகாமையில் திருச்சியிலும் பாளையங்கோட்டையிலும் பெண்கள் கல்லூரி இருந்தபோதிலும் அவற்றில் தங்கும் விடுதி வசதி கிடையாது. முத்துலட்சுமியின் படிப்பின்மீது அவருடைய தந்தை நாராயணசாமி ஐயர் மிகுந்த அக்கறை கொண்டிருந்தபோதிலும் படிப்பை உத்தேசித்து குடும்பத்தை வேறு ஊருக்கு மாற்றும் வசதி அவருக்கு இருக்க வில்லை. படிப்பைத் தொடர்வதில் முனைப்பு கொண்டிருந்த முத்துலட்சுமி, புதுக்கோட்டை மகாராஜா கல்லூரியில் சேர விண்ணப்பித்தார்.

அதுவரை மாணவர்கள் மட்டுமே படித்துவந்த அந்தக் கல்லூரியில் ஒரு மாணவி சேர்வதை நினைத்துக்கூடப் பார்க்க முடியாத நிர்வாகமும் முதல்வரும் விண்ணப்பத்தை மறுக்கின்றனர். அக்கல்லூரியில் முன்னாள் முதல்வராக இருந்தவர்தான் முத்துலட்சுயின் தந்தை. அவர் மகாராஜாவின் உதவியை நாடுகிறார். புதுக்கோட்டை மகாராஜா எல்லா மறுப்புகளையும் உதாசீனப்படுத்திவிட்டு முத்துலட்சுமிக்குக் கல்லூரியில் இடமளிக்கிறார். பழமையின் ஆசாரப் பிடிப்புகள் ஆதிக்கம் செலுத்திய 20ஆம் நூற்றாண்டின் ஆரம்ப வருடங்களில் ஆண்கள் மட்டுமே படிக்கும் கல்லூரியில், அவர்கள் மத்தியில் ஒரே ஒரு பெண்ணாக, 18 வயது மணமாகாத பெண், கல்வி கற்றபோது கல்லூரிக்குள்ளும் வெளியிலும், சுற்றத்திலும் சமூகத்திலும் அவர் எதிர்கொண்டிருக்கக்கூடிய பிரச்சினைகளும் நெருக்கடிகளும் இன்று நம் கற்பனைக்கு எளிதில் வசப்படாது.

பிறந்த ஊரின் கல்லூரியில் முதல் பெண்ணாகச் சேர்ந்து ஒரு முன்னோடியாகக் கல்லூரி வாழ்வைத் தொடங்கியதிலிருந்து பல்வேறு நிலைகளிலும் முதல் பெண்மணியாக வாழ்வைத் தொடர்ந்திருக்கிறார்.

புதுக்கோட்டையில் கல்லூரிப் படிப்பை முடித்த இவர் 1907இல் சென்னை மருத்துவக் கல்லூரியில் அன்றைய நாளின் மிக உயர்ந்த படிப்பான M.B. & C.M. இல் சேர்கிறார். 1912இல் பல பதக்கங்களோடும் சிறப்புகளோடும் பட்டம் பெற்றபோது இப்பட்டம் பெற்ற முதல் தென்னிந்தியப் பெண்மணி என்றானார். 1914இல் சென்னையில் முதல் பெண் மருத்துவராகப் பணி மேற்கொண்டார். மருத்துவத்தில் பிரபல்யம் அவரை வந்தடைகிறது.

அர்ப்பண உணர்வோடு மருத்துவப் பணி மேற்கொண்ட போதிலும் இவருடைய அக்கறைகள் பெண்களின் முன்னேற்றம், சுதந்திரம் பற்றிய கனவுகளோடு பரந்து விரிகின்றன. இதற்கிடையே 1925இல் குழந்தை மருத்துவப் படிப்புக்காக லண்டன் சென்று திரும்புகிறார். பெண்கள் நலமும், குழந்தைகள் நலமும் வாழ்நாள் முழுவதும் இவரின் அக்கறைகளாக இருந்தன. 'இந்தியப் பெண்கள் அமைப்பு' தோன்றுவதற்கான ஆரம்ப கர்த்தாக்களில் இவர் முக்கியமானவர். 1931ஆம் ஆண்டு அந்த அமைப்பின் தலைவரானார். அமெரிக்காவிலும் பிரான்சிலும் நடைபெற்ற சர்வதேசப் பெண்கள் மாநாடுகளில் கலந்துகொண்டு உரையாற்றினார்.

1926ஆம் ஆண்டு இந்திய சட்டமன்றத்தின் முதல் பெண் உறுப்பினராகப் பதவி நியமனம் பெறுகிறார். இப்பதவியிலிருந்த நான்காண்டுகளில் பெண் கல்வி, பெண்களுக்கு சம உரிமை, தேவதாசி முறை ஒழிப்பு, பால்ய விவாகத் தடை போன்றவற்றுக்காக சட்டங்கள் நிறைவேற்றப்பட முன்னின்றார். அவை நிறைவேற்றப்பட சட்டமன்றத்தில் அவர் முன்வைத்த விவாதங்கள் மிக முக்கியமானவை. சமூக நலன்மீது அவர் கொண்ட நேசத்தின் வெளிப்பாடுகள் இவை. இவருடைய செயல் முனைப்பு சட்டமன்றத்தின் துணைத்தலைவராகவும் இவரை ஆக்கியது. 1930இல் காந்தி கைது செய்யப்பட்டபோது, எதிர்ப்பு தெரிவிக்கும் வகையில் தன் உறுப்பினர் பதவியை ராஜினாமா செய்தார்.

1931–40 வரை 10 ஆண்டுகள் 'ஸ்திரி தர்மா' என்ற இதழின் ஆசிரியப் பொறுப்பேற்றிருந்தார். "ஒத்துழையாமை இயக்க,

அஹிம்சைப் போராட்டக் காலகட்டத்தில் காவல்துறையும் அரசும் இழைத்த அநீதிகளையும் அக்கிரமங்களையும் அம்பலப்படுத்த இவ்விதழ் உதவியது" என்று தன் சுயசரிதையில குறிப்பிட்டிருக்கிறார். சமூக நலப் பணிகளுக்கிடையே தன் மருத்துவப் பணியையும் தொடர்ந்ததோடு, மகப்பேறு காலத்தில் பின்பற்றப்பட வேண்டிய வழிமுறைகள் பற்றியும் குழந்தை பராமரிப்பு பற்றியும் சிறு நூல்கள் எழுதி வெளியிட்டிருக்கிறார்.

குழந்தைகள் நலனில் பெரிதும் அக்கறை காட்டிய இவர், 1927இல் இந்தியாவில் குழந்தைகளுக்கான முதல் மருத்துவமனையை உருவாக்கினார். அதே ஆண்டில் தென்னிந்தியாவிலேயே முதலாவதாக புற்றுநோய் ஆய்வுநிலையம் மற்றும் மருத்துவமனையை உருவாக்கினார்.

1930இல் இவர் அநாதைகளுக்கென அவ்வை இல்லம் அமைத்தார். (அவ்வைதான் தமிழ்ச் சமூகத்தில் முதன் முதலாக அடைக்கலம் கொடுத்தவர் என்பதை நாம் இங்கு கவனத்தில் கொள்ள வேண்டும்.) இது அவர் வாழ்நாளில் அவ்வை இல்லத் தொடக்கப்பள்ளி, அவ்வை இல்லப் பெண்கள் பள்ளி, அவ்வை இல்ல ஆசிரியர் பயிற்சிநிலையம் எனப் பல்வேறு செயல்பாட்டுத் தளங்களில் விரிவடைந்தது. தன் வாழ்நாள் முழுவதும் அவற்றின் பணிகளில் தன்னை முழுமுற்றாக ஐக்கியப்படுத்தி வாழ்ந்தார்.

அவர் ஆரம்பித்த 'புற்றுநோய் ஆய்வு நிலையம் மற்றும் மருத்துவமனை' அவர் வாழ்நாளிலேயே இந்தியாவில் மிக முக்கியமானதாக வளர்ச்சி பெற்றது. புற்றுநோய் அபாயம் பற்றி அவ்வளவாக உணரப்படாத காலகட்டத்தில் இவர் எடுத்துக்கொண்ட கவனம் குறிப்பிடத்தகுந்தது.

1950ஆம் ஆண்டு இவருடைய பணிகளைப் போற்றும் வகையில் இந்திய அரசு இவருக்கு 'பத்ம பூஷண்' விருது அளித்தது.

1968ஆம் ஆண்டு ஜூலை 22ஆம் தேதி இவர் மறைந்தார். அரசியலில் அவருக்கு எப்போதுமே பெரும் நாட்டம் இருந்ததில்லை. சமூகப் பணிக்கே தன்னை முற்றாக ஒப்படைத்திருந்தார். கடைசி 30, 40 ஆண்டுகளில் சமூக நலப் பணிகளிலேயே அவருடைய முழு கவனமும் குவிந்தது.

தன் காலத்தின் முகத்துக்கு வனப்பூட்ட பல வகைகளிலும் பாடுபட்ட ஒரு முன்னோடிப் பெண்மணி முத்துலட்சுமி.

காலத்தின் நினைவடுக்குகளில் அவர் பெயரை என்றும் மறையாது வைத்திருக்க வேண்டிய பொறுப்பு நமக்கிருக்கிறது. வரலாற்றின் தொடர்பறுந்த ஊசலாட்டம்தான் இன்றைய நம் அலங்கோலங்களுக்குக் காரணம். வரலாற்றின் கண்ணிகளை விடாது பின்னித் தொடர்வதன் மூலமே நம் தார்மீகத்தை நாம் நிலைநிறுத்த முடியும்.

முத்துலட்சுமியின் ஆதர்சத்திலிருந்து விரிந்து செழித்துள்ள பெண் இயக்கங்கள் வரலாற்றோடு தங்களைப் பிணைக்கும் முகமாக, அவருடைய சுயசரிதையின் தமிழ்மொழிபெயர்ப்பைக் கொண்டுவர முயற்சிக்க வேண்டும். அவரைப் பற்றிய அறிமுக நூல் ஒன்றும் வெளிவர வேண்டியது அவசியம்.

(புதிய பார்வை, 1997)

ஜே.சி. குமரப்பா
ஆதர்ச ஒளி

இந்திய மண்ணுக்கும் மக்களுக்குமிடையே இசைமை கூடிய வாழ்வுக்கான கனவை வசப்படுத்தியவர். கனவுக்குத் தீர்மானமான, தீர்க்கமான வடிவம் கொடுத்தவர். அவ்வடிவம் சார்ந்து தன் வாழ்வை முழுமுற்றாக ஒப்புக் கொடுத்தவர் ஜே.சி. குமரப்பா. நம் மூலவளங்கள் சார்ந்து நம் வாழ்வு தன்னிறைவு எய்தவும், மலர்ச்சியுறவும், வளர்ச்சியடையவும் அயராது சிந்தித்துச் செயல்பட்டவர். அவருடைய காலத்திலேயே அசுர சக்திகள் அவருடைய கனவைத் துவம்சம் செய்து நம் வாழ்வைக் குலைக்கத் தொடங்கின. நவீன பொருளாதாரம், தொழில் வளர்ச்சி என்பதன் பேரால் கிராமங்களின் ஆத்மா குதறப்பட்டது. இன்றோ, புதிய பொருளாதாரக் கொள்கை, தாராளமயமாக்கல்

என்ற அதிநவீன நிலைப்பாட்டின் மூலம் நம் அரசு, கிராமங்களை அழித்தொழிக்கும் ராட்சச யந்திரமாகிவிட்டது. பொதுமக்களின் வாழ்வும் நலனும் துச்சமாகி விட்டன. நம் சமூகக் கலாசார வாழ்வு, நுகர்பொருள் மயமாகி விட்டது. இந்நிலையில் குமரப்பாவின் ஆதர்ச ஒளி நமக்கு வெளிச்சம் காட்டும்.

மதுரையைப் பூர்வீகமாகக் கொண்ட கிறிஸ்துவக் குடும்பத்தில் பிறந்தார். இவருடைய தந்தை கார்னிலியஸ் தஞ்சையில் அரசுப் பணியிலிருந்தபோது, 1892ஆம் ஆண்டு ஜனவரி 4ஆம் தேதி அக்குடும்பத்தின் 9ஆவது குழந்தையாகப் பிறந்தார். செல்லப்பா என்பது அவருக்குப் பெற்றோர் இட்ட பெயர்.

படிப்பில் சூட்டிகையான இவர் லண்டனில் ஆடிட்டர் தொழில் மேற்கொண்டார். பின்னாளில் கிராமப் பொருளாதாரம் பற்றிச் சிந்தித்த அவர், அந்நாளில் பெரும் ஆடம்பரத் தொழில் நிறுவனங்களுடனேயே தொடர்பு கொண்டிருந்தார்.

1928இல் மேற்படிப்புக்காக அமெரிக்காவின் கொலம்பியா பல்கலைக்கழகத்தில் சேர்ந்தபோதுதான் அவருடைய வாழ்வின் முகத்தை மாற்றியமைத்த முதல் சம்பவம் நிகழ்ந்தது. அங்கு நடைபெற்ற ஒரு கருத்தரங்கில் அவருடைய பேராசிரியர் வர்த்தகத்தில் தனிமனித லாபம் தவிர வேறெதுவும் பொருட்படுத்தத் தகுந்ததல்ல என்று உரையாற்றினார். இதனை ஏற்க மறுத்த குமரப்பாவின் மனம் அக்கட்டுரையின்மீது கடுமையான விமர்சனத்தை முன் வைத்தது. இதிலிருந்துதான் மனிதன் வெறுமனே பணம் பண்ணும் ஜீவராசியில்லை. அவன் அரசியல், சமூக, தார்மீக, ஆத்மீகப் பொறுப்புகள் கொண்ட சமூகப் பிரதிநிதி என்ற தெளிவை அடைந்தார்.

அங்கு மேற்படிப்புக்காக ‘பொதுமக்கள் நிதிமூலம் இந்தியாவின் வறுமை’ என்ற ஆய்வை மேற்கொண்டார். வெள்ளையர்கள் வரிகள் மூலம் இந்தியாவைச் சுரண்டுவதை அவ்வாய்வு விளக்கியது. அவருடைய தேசிய உணர்வு மேலெழத் தொடங்கியது. முதலாவதாக தன் பெயரை குமரப்பா என்று மாற்றிக்கொண்டார். இது பூர்வீக இந்து வம்சாவழியில் அவருடைய முப்பாட்டனார் பெயர்.

1929இல் இந்தியா திரும்பி பம்பாயில் ஆடிட்டர் தொழில் மேற்கொண்டார். இவருடைய ஆய்வுக் கட்டுரை மகாத்மா காந்தியின் கவனத்துக்கு வந்திருந்தது. நண்பர் ஒருவரின் வேண்டு

கோளுக்கிணங்க காந்தியைச் சந்தித்தார். இவர் வாழ்வைப் புதிதாக மலர்வித்த சந்திப்பு இது. அவருடைய ஆய்வுக் கட்டுரை 'யங் இந்தியா'வில் தொடராக வெளிவர காந்தி, குமரப்பாவின் அனுமதியைப் பெற்றார். மேலும், குஜராத் மாநிலத்தில் கிராமப்புற ஆய்வு ஒன்றை மேற்கொள்ளும்படி காந்தி கேட்டுக்கொண்டார். குமரப்பா உடன்பட்டார்.

"குமரப்பாவைப் பார்த்த அந்தத் தருணத்திலேயே இந்த இளைஞரை நான் கைப்பற்றியாக வேண்டும் என்பதை உணர்ந்தேன்" என்று காந்தி குறிப்பிட்டிருக்கிறார்.

குஜராத்தில் கிராமப்புற ஆய்வைக் குமரப்பா மேற்கொண்டிருந்த சமயத்தில் தண்டி யாத்திரையின்போது காந்தியும் மகாதேவ் தேசாயும் கைதானதைத் தொடர்ந்து 'யங் இந்தியா'வின் ஆசிரியப் பொறுப்பை ஏற்கும்படி குமரப்பா கேட்டுக்கொள்ளப் பட்டார். இது அவருடைய முதல் சிறைத் தண்டனைக்கு வழிவகுத்தது.

குமரப்பாவின் கட்டுரைகள் தொடர்ந்து 'யங் இந்தியா'விலும், பிற தினசரிகளிலும், இதழ்களிலும் இடம் பெறலாயின. பொது மக்களின் பொருளாதார மேம்பாடுதான் பிற எதனையும்விட முன்னுரிமை பெற வேண்டும் என்று வற்புறுத்தினார். இந்தியக் கிராம மக்களின் பரிதாபகரமான வாழ்க்கை நிலை அவரை வெகுவாகப் பாதித்தது. குஜராத்தின் மதார் மாவட்டத்தில் அவர் மேற்கொண்ட ஆய்வு, ஒரு கிராமவாசியின் சராசரி வருமானம் ஒரு நாளைக்கு 7 பைசா என்ற அதிர்ச்சியை அவருக்குத் தந்தது. கிராம இயக்கம் பற்றியும் அதற்கான தத்துவம், பொருளாதாரம் பற்றியுமே அவர் பெரிதும் கவலை கொண்டார்.

பீகார் நில அதிர்ச்சியின்போது ஏற்பட்ட பேரழிவினை அடுத்து மீட்புப்பணி மேற்கொள்ளப்பட்டபோது குமரப்பா, இரண்டாம் முறையாகச் சிறையிலிருந்து திரும்பிய கையோடு, அதன் நிதி நிர்வாகப் பொறுப்பை காந்தியின் வேண்டுகோளின்படி ஏற்றார். அப்போது அவர் காட்டிய கண்டிப்பும் உழைப்பும் காந்தியின் உள்வட்டத்தைச் சார்ந்தவர்களிடையே அவருக்கு 'கர்னல் ஸாப்' என்ற பட்டத்தைப் புழங்க வைத்தது. மீட்புப் பணி நிதி ஒன்றின் கூட்டத்துக்கு காந்தி பாட்னா சென்ற வகையில் ஏற்பட்ட செலவினங்களுக்கான பில் சமர்ப்பிக்கப்பட்டபோது அதைக் குமரப்பா ஏற்க மறுத்து நிராகரித்தார்.

குமரப்பாவிடம் ஒரு முக்கிய விஷயம் பற்றி விவாதிப்பதற்காக காந்தி பனாரஸிலிருந்து அவசரமாகப் புறப்பட்டு வந்த ஒரு

சமயம், மறுநாள் நடைபெறவிருந்த மீட்புப் பணிக்குழுவின் இறுதிக் கூட்டத்தில் கணக்கு வழக்குகளைச் சமர்ப்பிக்கும் வேலையில் குமரப்பா மும்முரமாக இருந்தார். காந்தி எவ்வளவோ கேட்டும் அவரைச் சந்திப்பதற்கு நேரம் ஒதுக்க குமரப்பா மறுத்துவிட்டார். வேறு வழியின்றி காந்தி, மகாதேவிடம் அவ்விஷயம் பற்றிய குறிப்புகளைக் குமரப்பாவிடம் ஒப்படைக்கும்படி கேட்டுக்கொண்டு, வார்தாவில் நடக்கவிருக்கும் 'அரிஜன உண்ணாவிரதம்' முடிந்த பிறகு தகவல் தருகிறேன் என்று கூறிவிட்டு வார்தாவுக்குக் கிளம்பிவிட்டார். சில நாட்கள் கழித்து குமரப்பா வார்தா சென்று அந்த விஷயம் பற்றிக் காந்தியுடன் கலந்துரையாடினார்.

கராச்சி காங்கிரசில் 'அகில இந்தியக் கிராமத் தொழிற் கூடங்கள் அமைப்பு' உருவாக்கும் தீர்மானம் நிறைவேறுகிறது. குமரப்பா அதன் அமைப்பாளராகவும் செயலராகவும் நியமிக்கப் படுகிறார். மகன்வாடி உருவாகிறது. கிராமப்புற வளர்ச்சிக்கான திட்டங்களும் நடைமுறைகளும் உருக்கொள்கின்றன. காந்தியின் லட்சியக் கனவான இந்த அமைப்பு சரியான முக்கியத்துவம் தரப்படாமல் மாற்றான் பிள்ளை போல் பாவிக்கப்படுவதாக காந்தியோடு அவ்வப்போது சச்சரவிட்டபடியே பணியைத் தொடர்கிறார் குமரப்பா.

இந்தியப் பொருளாதாரம் பற்றிய தன் கனவின் லட்சிய உருவமாகவும், தன் கனவின் பிரதியாகவும் குமரப்பாவைக் காந்தி வெகுவாக நேசித்தார். குமரப்பாவை எப்போதும் காந்தி, புரொஃபசர் என்றே அழைப்பது வழக்கம். ஆனால் கிராமத் தொழிற்கூடங்கள் அமைப்புக்காக அவர் மேற்கொண்ட ஆய்வுகளிலும் பணிகளிலும் பெரிதும் வசீகரிக்கப்பட்ட காந்தி அவருக்கு D.V.I. (Doctor of Village Industries) என்று தானே ஒரு பட்டமளித்து மகிழ்ந்ததோடு, அதன் பிறகு அவரை டாக்டர் என்றே அழைக்கத் தொடங்கியிருந்தார்.

கடைசி உலக யுத்தத்துக்கு முன்னதாக, மாநிலங்களில் காங்கிரஸ் அதிகாரத்துக்கு வந்தபோது சர்தார் வல்லபாய் படேல் குமரப்பாவை அமைச்சர் பதவி ஏற்கும்படி கேட்டார். கிராமத் தொழிற்கூடங்களின் அமைப்புக்குத் தன் பணிகள் தேவைப் படுவதால் அதை ஏற்க முடியாது என்று குமரப்பா மறுத்துவிட்டார். படேல், காந்தியைச் சந்தித்து குமரப்பாவை வற்புறுத்தும்படி கேட்டபோது காந்தி, "குமரப்பா அனைத்திந்தியாவுக்கும் தேவைப் படுகிறவர். அவரை ஒரு மாநிலத்திலோ அமைச்சகத்திலோ குறுக்கி விடக்கூடாது" என்றிருக்கிறார்.

ஜே.பி. கிருபாளினி காங்கிரஸ் கட்சியின் தலைவரானபோது, காங்கிரஸ் செயற்குழுவில் இடம் பெற குமரப்பாவை அழைத்தார். தனக்கு அரசியலில் ஈடுபாடில்லை என்று குமரப்பா அதை மறுத்தோடு மட்டுமல்லாமல், சாதாரண மக்களுக்கு பயனுள்ள சேவை செய்ய விரும்பினால் கட்சித் தலைவர் பதவியை உதறி விட்டுக் கிராமத் தொழிற்கூடங்கள் அமைப்பில் பணியாற்ற வரும்படி கிருபாளினிக்கு பதில் அழைப்பும் விடுத்தார்.

இந்தியா சுதந்திரமடைந்த பின்னும் அமெரிக்கா மற்றும் பிரிட்டிஷ் பொருளாதாரத்தை முன்மாதிரியாகக் கொண்டு இந்தியாவை இட்டுச் செல்லும் நேருவின் போக்கைக் குமரப்பா கடுமையாக விமர்சித்தார். இந்திய மூலவளங்கள் பற்றி அறியாத இந்தப் பேதமை, மிக மோசமான விளைவுகளையே ஏற்படுத்தும் என்று எச்சரித்தார். நேருவும் பதிலுக்குக் காட்டத்தோடு 'All India Village Industries Association' என்பதை 'All India Village Idiots Association' என்று பரிகசித்தார்.

காந்தியின் திடீர் மறைவை அடுத்து உடனடியாக டில்லிக்கு வரும்படி ராஜேந்திர பிரசாத்திடமிருந்து வார்தாவிலிருந்த குமரப்பாவுக்கு தொலைபேசி அழைப்பு வந்தது. 'காந்தி நினைவு டிரஸ்ட்' உருவாக்கும் நோக்கத்தோடு காந்திக்கு மிக நெருக்கமாக இருந்த 10 பேர் அழைக்கப்பட்டிருந்தனர். அதனை உருவாக்கும் பொறுப்பை ஏற்கும்படி குமரப்பாவிடம் கேட்கப்பட்டது. அப்போது குமரப்பா, ராஜேந்திர பிரசாத்திடம், பணத்தை அடிப்படையாகக் கொண்ட வழக்கமான டிரஸ்டாக இது இருக்கக் கூடாது. ஒரு லட்சம் ஆத்மாக்கள் இதன் நிதி அமைப்பாகவும் அங்கமாகவும் இருக்க வேண்டும். முதலாவதாக, பிரதமர் ஜவகர்லால் நேருவும், துணைப்பிரதமர் வல்லபாய் படேலும், ஒரே பெண் அமைச்சரான ராஜ்குமாரி அம்ரித் கௌரும் தங்கள் பதவிகளைத் துறந்துவிட்டு டிரஸ்ட் நிதியாகத் தங்களை முன்வைக்க வேண்டும். கல்லூரிகளுக்கும் பல்கலைக்கழகங்களுக்கும் சென்று காந்தியப் பணிகளுக்காக நேரு இளைஞர்களைத் திரட்ட வேண்டும். அதேபோல் பெண்கள் கல்லூரிகளுக்குச் சென்று ராஜ்குமாரி தன் பங்கைச் செய்ய வேண்டும். சர்தார் படேல் அரசியல் திட்டங்களை நிறைவேற்றும்போது நிறுவனங்களை இதற்காக ஒருங்கிணைப்பதில் கவனம் செலுத்த வேண்டும். இது நடந்தால் தான் பொறுப்பேற்பதாகச் சொன்னார். யாரும் இதை ஏற்கவில்லை. குமரப்பா ஏமாற்றத்தோடும் வேதனையோடும் திரும்பினார்.

குமரப்பா பின்னர் பொருளாதார மற்றும் உலக அமைதிக்கான பல்வேறு கூட்டங்களில் கலந்துகொள்ள வெளிநாடுகள் சென்று வந்தார். கிராமியத் தன்னிறைவுப் பொருளாதாரமே சாத்வீகமானது. உலக அமைதிக்கானது. பண அடிப்படையிலான நவீன பொருளாதாரம் வன்முறையானது, யுத்தங்களுக்கு வழி அமைப்பது என்று விளக்கினார்.

1953ஆம் ஆண்டு உடல்நலம் மிகவும் குன்றிய நிலையில் மருத்துவர்கள் அவருக்குப் பூரண ஓய்வைப் பரிந்துரைத்தனர். தன் வாழ்வின் இறுதிக் காலத்தை அமைதியாகவும் பயனுள்ளதாகவும் செலவிட அவர் மதுரை மாவட்டம், டி. கல்லுப்பட்டியிலுள்ள காந்தி நிகேதன் ஆஸ்ரமத்தைத் தேர்ந்தெடுத்தார். இங்கும் ஓய்வுக் கிடையே அவர் பணி தொடர்ந்தது. 'மதுரை மாவட்டத்தில் கிராமப்புற வளர்ச்சிப் பணி பற்றிய அறிக்கை' என்ற ஆய்வை 27 சுற்றுப்புறக் கிராமங்களில் அலைந்து திரிந்து மேற்கொண்டார். வளர்ச்சிப் பணியின் பெயரால் நிகழும் பித்தலாட்டங்களை வெளிப்படுத்தினார். பத்திரிகையாளர் ராமச்சந்திர குஹா, இவ்வறிக்கையின் அடிப்படையில் எழுதியுள்ள கட்டுரையில், சுற்றுப்புறச்சூழல் மேம்பாட்டுக்காகப் பணியாற்றிய முன்னோடி என்று குமரப்பாவை மதிக்கிறார்.

1957ஆம் ஆண்டு இறுதியில் அவர் உடல்நிலை மோசமடைந்தது. காமராஜர் வெகுவாக பிரயாசை எடுத்து சென்னை அரசு மருத்துவமனையில் அவரைச் சேர்த்தார். 28 மாதங்கள் மருத்துவமனையிலேயே தங்கியிருந்து சிகிச்சை பெற்ற குமரப்பா 1960ஆம் ஆண்டு, காந்தி இறந்த நாளான ஜனவரி 30ஆம் தேதி காலை மரணமடைந்தார்.

குமரப்பா இந்தியச் சமூகத்தின் தன்னிறைவான வாழ்வுக்கு ஒரு ஒளிச்சுடர். குமரப்பா என்ற ஆதர்ச ஜோதியில் நம் வாழ்வின் மீட்சியும் நலனும் தங்கியிருக்கிறது.

(புதிய பார்வை, 1996)